அத்தைக்கு மரணமில்லை

அத்தைக்கு மரணமில்லை

சீர்ஷேந்து முகோபாத்யாய் (பி. 1935)

வங்கமொழி நாவலாசிரியர், சிறுகதையாசிரியர். சிறார் இலக்கியத்தின் எல்லா வகைமைகளிலும் பங்களிப்பு செய்ததன் மூலம் அம்மொழியில் தனித்த இடம் பிடித்திருப்பவர். 1989இல் சாகித்ய அகாதெமி விருது பெற்ற இவர், 2021இல் சாகித்ய அகாதெமி ஃபெல்லோஷிப் வழங்கி கௌரவப்படுத்தப்பட்டுள்ளார். இன்றைய வங்கதேசத்தின் மைமன்சிங் நகரத்தில் பிறந்த இவரது இளமைக்காலம் பீகார், வங்காளம், அஸ்ஸாமில் கழிந்தது. கல்கத்தா பல்கலைக்கழகத்திலிருந்து வங்கமொழியில் முதுகலைப்பட்டம் பெற்றார். பள்ளி ஆசிரியராகப் பணியைத் துவங்கி பின்னர் பத்திரிகையாளராக மாறினார். ஆனந்தபஜார் பத்திரிகையில் பணியாற்றிவர். முதல் கதை 1959இல் வெளியானது. இவரது பல கதைகள் திரைப்படமாக்கப்பட்டுள்ளன. தமிழில் இவரது படைப்பு களாக என்பிடி வெளியீட்டில் 'கறையான்' என்ற நாவலும், 'வங்கச் சிறுகதைகள்' தொகுப்பில் ஒரு கதையும் வெளி வந்துள்ளன.

தி.அ. ஸ்ரீனிவாஸன் (பி. 1966)
மொழிபெயர்ப்பாளர்

துளுவைத் தாய்மொழியாகக் கொண்ட ஸ்ரீனிவாஸன் பிறந்ததும் வளர்ந்ததும் நாகர்கோவிலுக்கு அருகிலுள்ள திருப்பதிசாரம் கிராமத்தில். மத்திய அரசு நிறுவனம் ஒன்றில் பணிபுரிந்து விருப்ப ஓய்வு பெற்று தற்போது தனது சொந்த கிராமத்தில் வசிக்கிறார். அகமத் ஹம்தி தன்பினாரின் துருக்கிய நாவலான 'நிச்சலனம்' இவரது மொழிபெயர்ப்பு.

சீர்ஷேந்து முகோபாத்யாய்

அத்தைக்கு மரணமில்லை

ஆங்கிலத்திலிருந்து தமிழில்
தி.அ. ஸ்ரீனிவாஸன்

காலச்சுவடு பதிப்பகம்

அன்பார்ந்த வாசகருக்கு,

வணக்கம்.

காலச்சுவடு நூலை வாங்கியமைக்கு நன்றி.

நூலின் உள்ளடக்கம், உருவாக்கம், அட்டைப்படம் இன்ன பிற அம்சங்கள் பற்றிய உங்கள் கருத்துகளையும் ஆலோசனைகளையும் காலச்சுவடு வரவேற்கிறது. தகவல், எழுத்து, வாக்கியப் பிழைகள் தென்பட்டால் கட்டாயம் தெரிவித்து உதவுங்கள். நூல் தயாரிப்பில் கடும் குறைபாடு இருப்பின் மாற்றுப் பிரதி உங்களுக்குக் கிடைக்கக் காலச்சுவடு ஏற்பாடு செய்யும்.

மின்னஞ்சல்: **publisher@kalachuvadu.com**

காலச்சுவடு நாகர்கோவில் தலைமையகத்துக்கும் கடிதம் அனுப்பலாம்.

தங்கள்
எஸ்.ஆர். சுந்தரம் (கண்ணன்)
பதிப்பாளர் — நிர்வாக இயக்குநர்

The Aunt Who Wouldn't Die by Shirshendu Mukhopadhyay

© Shirshendu Mukhopadhyay.

அத்தைக்கு மரணமில்லை ❖ குறுநாவல் ❖ ஆசிரியர்: சீர்ஷேந்து முகோபாத்யாய் ❖ ஆங்கிலத்தில்: அருணவா சின்ஹா ❖ ஆங்கிலத்திலிருந்து தமிழில்: தி.அ. ஸ்ரீனிவாஸன் ❖ முதல் பதிப்பு: டிசம்பர் 2021 ❖ வெளியீடு: காலச்சுவடு பப்ளிகேஷன்ஸ் (பி) லிட்., 669, கே.பி. சாலை, நாகர்கோவில் 629001

காலச்சுவடு பதிப்பக வெளியீடு: 1059

attaikku maraNamillai ❖ Novella ❖ Author: Shirshendu Mukhopadhyay ❖ Arunava Sinha (English) ❖ Tamil Translation from English by T.A. Srinivasan ❖ Language: Tamil ❖ First Edition: December 2021 ❖ Size: Demy 1x8 ❖ Paper: 18.6 kg maplitho ❖ Pages 112

Published by Kalachuvadu Publications Pvt.Ltd., 669, K.P. Road, Nagercoil 629001, India ❖ Phone: 91-4652-278525 ❖ e-mail: publications@kalachuvadu.com ❖ Printed at Mani Offset, Chennai 600077

ISBN: 978-93-5523-126-0

12/2021/S.No. 1059, kcp 3293, 18.6 (1) ass

சோமலதா

என் கணவர் பெயர் சகோர் மித்ர சௌத்ரி. ஆனாலும் அவர் சௌத்ரி போட்டுக்கொள்வதில்லை; வெறும் சகோர் மித்ராதான். பதினெட்டு வயதில் எனக்குத் திருமணம் ஆனபோது அவருக்கு வேலை எதுவுமில்லை. அதைப் பற்றிப் பெருமைவேறு. தகுதி என்று பார்த்தால் அவர் தபேலா வாசிப்பார்; பி.ஏ. பாஸ் பண்ணியிருந்தார். அவர் குடும்பத்தில் யாருக்கும் வேலைக்குப் போகும் பழக்கம் இல்லை. ஒரு காலத்தில் அவர்கள் கிழக்கு வங்காளத்தில் ஜமீன்தார்களாக இருந்தார்கள். எங்கள் கல்யாணத் தடபுடல்களில் இது தெரிந்தது. அவர்களின் சொத்துக்கள் கரைந்துகொண்டிருந்தாலும் வீட்டிலுள்ள பிள்ளைகள் வேலைக்குப் போகாமல் காலத்தை ஓட்டுவதற்கு வேண்டிய வசதி இருப்பதாக ஊரார்கள் பேசிக்கொண்டார்கள். திருமணத்திற்குப் பின் மணமகன் வீட்டில் நடந்த மறுவீட்டு ஏற்பாடுகளும் புகுந்த வீட்டில் எனக்குப் போட்ட நகைகளும் என் குடும்பத்தை இது உண்மைதான் என்று நம்பவைத்தன.

சீர்குலைந்து கொண்டிருக்கும் ஜமீன் குடும்பங்கள் அளவுக்கதிகமான டாம்பீகத்துடன் நடந்துகொள்ளும். பிறர் பெருமை பேசுவதற்காகக் கிடைக்கும் சந்தர்ப்பங்களை அக்குடும்பத்தார்கள் தவறவிடுவதேயில்லை. திருமணம் நடந்து நான் வீட்டில் குடியேறிய பிறகு, அங்கு ஏற்பட்ட சலசலப்புகளிலிருந்து என் கணவர் வீட்டார் எங்களது திருமணத்திற்காக கையிருப்புகளையெல்லாம்

காலி செய்திருந்தார்கள் என்பது எனக்குத் தெரியவந்தது. போதாக்குறைக்குக் கடன் வேறு வாங்கியிருந்தார்கள்.

என் மாமியார் நல்லமாதிரி. மென்மையானவர், இரக்க சுபாவி. கடவுள் நம்பிக்கையுள்ள எளிய குடும்பத்திலிருந்து வந்த அவரால் இந்தக் குடும்பத்தோடு முழுமையாக ஒட்ட முடியவில்லை. ஒருநாள் அவர் என்னையழைத்து அருகே இருத்தி, “இவன்தான் கணவனாக வரவேண்டும் என்று உன் தலையில் எழுதியிருக்கிறது. அவன் அப்படியொன்றும் மோசமானவன் இல்லை. ஆனால் இங்கே எல்லாம் மேல்ப்பூச்சுதான். கையில் சொல்லிக்கொள்ளும்படியாக எதுவுமில்லை. அவனுக்கு மனைவி வந்த முகூர்த்தமாவது நல்லது நடக்கட்டுமே என்ற நம்பிக்கையில்தான் கல்யாணம் செய்துவைத்தேன். அவனை நீ விடாது நச்சரித்துக்கொண்டேயிருக்க வேண்டும். அவனுக்கு ரொம்ப இடம்கொடுத்து விடாதே. நீ கொஞ்சம் விட்டுக் கொடுத்தால்போதும், அப்புறம் படுக்கையே கதியென்று கிடந்து விடுவான். இந்தக் குடும்பத்து ஆண்களை எனக்கு நன்றாகத் தெரியும். கடைந்தெடுத்த சோம்பேறிகள், எல்லோரும்தான்” என்றார்.

எனக்குக் கவலை பிடித்துக்கொண்டது. நான் வீட்டிற்கு வந்த பிறகு அவர்கள் நினைத்ததுபோல சொத்துபத்துகள் பெருக வில்லை என்றால், என்னையல்லவா ராசி கெட்டவள் என்பார்கள்?

என் மாமியார் கவலையுடன் தொடர்ந்தார், “இந்த வீடு எப்படி ஓடிக்கொண்டிருக்கிறது தெரியுமா? இருக்கும் மண்ணையும் பொன்னையும் வித்துதான். இப்படி ரொம்ப நாள் ஓட்ட முடியாது. அவனை வழிக்குக் கொண்டுவருவது உன் கையில்தான் இருக்கிறது.”

“என்னால் அது முடியும் என்று நினைக்கிறீர்களா அம்மா” என்றேன் சந்தேகத்துடன். “அவர் கோபக்காரராக இருக்கிறாரே.” அவர் வாய்விட்டுச் சிரித்தார். “இந்த ஆம்பளைங்க கோபத்தைக் கண்டு பயப்படக்கூடாது. எல்லாம் வெத்துவேட்டு. கண்டுக்கவே கண்டுக்காதே.”

“நான் என்ன செய்ய வேண்டும் என்று சொல்லித் தருவீர்களா?”

“இந்த விஷயங்களெல்லாம் சொல்லி வருவதில்லை. பார்த்தா நீ கெட்டிக்காரியா தெரியற. என்ன செய்யணும்னு நீயே தெரிஞ்சுப்பே.”

அந்த நாளிலிருந்து எனக்கு என் மாமியாருடன் ஒரு சகோதரி பாசம் ஏற்பட்டுவிட்டது. மாமியார் என்ற ஜீவன்களைப்

பற்றி நான் கேள்விப்பட்ட கதைகள் திருமணத்திற்கு முன்பு என்னைக் கலங்கடித்துக் கொண்டிருந்தன. என் மாமியார் ஒரு சண்டைக்காரியாக இல்லாதது என் பாக்கியம்.

ஆனாலும் அந்தக் குடும்பத்தில் சண்டைக்காரிகள் இல்லாமலில்லை. என் ஓரகத்தி – என் கணவரின் அண்ணன் மனைவி – அதில் ஒருத்தி. அவள் என்னை விட வயதானவள். மகாமுசுடு. இவள் போக, குழந்தைப் பருவத்திலேயே விதவையான என் மாமனாரின் சகோதரியான அத்தையம்மா. இந்தக் குடும்பத்தின் உண்மையான தலைவி இவர்தான். இளம்வயதில் அவருக்கு நிகழ்ந்த துயரம் காரணமாக அவரது அண்ணனும் தம்பியும் அவரிடம் மென்மையாக நடந்துகொண்டார்கள். வீட்டில் அவரது கொடுங்கோல் ஆட்சிதான் நிலவியது.

வடக்கு வங்காளத்தில் அழுக்கான, நெருக்கடிமிகுந்த ஒரு சிறிய நகரத்திலிருந்தது என் புக்ககம். வாழ்வின் துடிதுடிப்பு இங்கு கிடையாது. பிரமாண்டமான வீடு எங்களது. இதைவிடவும் பெரிதான பல வீடுகள் அவர்களுக்கு இருந்ததாம். ஜமீன்தார் பரம்பரை வழக்கப்படி என் மாமனாரின் அப்பாதான் இவற்றையெல்லாம் கட்டினாராம். ஏகப்பட்ட அறைகள், முகப்பு வளைவுகள், குவிமாடங்கள். பங்காளிச் சண்டைகளுக்கும் குறைவில்லை. அவர்களின் வீடுகள் பாகிஸ்தானுக்குப் போனபிறகு, உறவுக்காரர்கள் எல்லோரும் இந்த வீட்டிற்குக் குடிவந்து விட்டார்கள். பாவம் நிர்க்கதியாக வந்திருக்கிறார்களே என்றுதான் முதலில் இடம்கொடுத்தார்கள். வந்தவர்கள் பின்னர் வீட்டில் பங்கு கேட்க ஆரம்பித்துவிட்டார்கள்; குடும்பச் சொத்திலிருந்து கட்டியதாம். வீடு என் மாமனாரின் அப்பாவின் பெயரில் இருந்தது; உண்மையில் வீடு என் மாமனார், மாமியார், என் மாமனாரின் அண்ணன், அவர் மகள், என் கணவர், அவரது அண்ணன் இவர்களுக்குத்தான் சொந்தம். ஆனால் இதெல்லாம் காகிதத்தில்தான். வீட்டில் வந்து அடைக்கலம் புகுந்தவர்கள் வீட்டைக் காலி செய்யவில்லை. வழக்கு வருடக்கணக்காய்ப் போய்க்கொண்டிருந்தது. பூசல்களுக்கும் சண்டைகளுக்கும் குறைவில்லை. ஆனால் கல்யாணம், இழவு என்று வந்துவிட்டால் எல்லோரும் ஒன்று கூடிவிடுவார்கள்.

இங்குள்ள சிக்கலான நிலைமையைப் புரிந்துகொண்டு இவர்கள் ஒவ்வொருவரையும் அறிந்துகொள்ள எனக்குக் கொஞ்சம் காலம் பிடித்தது. முன்பு தாங்கள் வாழ்ந்த ராஜவாழ்க்கைப் பற்றிப் பெருமைப் பேசி மாளாது இவர்களுக்கு. வீட்டிலுள்ள ஆண்கள் வேலைக்குப் போவது பற்றியோ தொழில் செய்வது பற்றியோ கவலைப்படவே இல்லை. சுகிப்பதில்தான் அவர்கள்

கவனம் பூராவும். ஆனால் நான் திருமணமாகி வந்தபோது, ஒரு சிலர் தங்கள் பாட்டை ஓட்டுவதற்கு ஏதோ சம்பாதிக்கத் தொடங்கியிருந்தார்கள்.

என் கணவன் வீட்டுக் கதையின் பீடிகை இவ்வளவுதான். ஜமீன் குடும்பத்து வாரிசு என்பதால் என் கணவரைச் செல்லம் கொடுத்துக் கெடுத்துவைத்திருந்தார்கள். படித்துப் பட்டம்பெறுவதுபற்றி வற்புறுத்த யாருமில்லாததால், அவர் பி.ஏ. படிப்பைச் சாவகாசமாகப் படித்தார். முன்கோபி. அவர் தபேலா வாசிக்கும்போது யாரும் குறுக்கிட முடியாது. தூக்கத்திலிருந்து யாராவது எழுப்பினாலும் கோபம் வந்துவிடும். அவர் சௌகரியம்போல எழுந்திருப்பார். மனைவியை நாலு இடத்திற்கு அழைத்துச் செல்ல வேண்டும் என்ற அக்கறை அவருக்குக்கொஞ்சமும்கிடையாது.அவளது ஆலோசனையையோ அபிப்பிராயத்தையோ கேட்பது அவருக்கு மகா அவமானம்.

அவர் என்னைவிட வயதில் ரொம்பப் பெரியவர். திருமணமாகும்போது எனக்கு வயது பதினெட்டு, அவருக்கு முப்பத்திரண்டு. வயசு வித்தியாசத்தைப் பற்றி நான் பெரிதுபடுத்த வில்லை. எனக்கு வரும் கணவர் நல்ல மனமுதிர்ச்சியுடன் இருக்க வேண்டும், அவ்வளவுதான். என் பெற்றோர்கள் இருந்த நிலைக்கு மணமகனின் வயது, வேலை இவற்றை யோசிப்பதே அதிகப்படி. ஆனால் இப்போது முப்பத்தாறு வயதிலும் என் கணவர் நல்ல வாட்டசாட்டமாகத்தான் இருந்தார். நல்ல உயரம், நிறம், கட்டான உடல், அடர்ந்த தலைமுடியுடன் பார்ப்பதற்குக் கவர்ச்சிகரமாகத்தான் இருந்தார். பார்த்தால் மேட்டுக்குடிகளை தெரியும். எங்களிருவருக்கும் வயது வித்தியாசம் அதிகம் என்பதால் நான் அவரை 'தாங்கள்' என்றுதான் அழைப்பேன்; இன்றைக்கு வரை அப்படித்தான்.

திருமணமாகிச் சில நாட்கள் சென்ற பிறகு, அவர் சாதகமான மனநிலையிலிருக்கும் சந்தர்ப்பமாகப் பார்த்து ஒருநாள் அவரிடம் "இந்தக் குடும்பத்தில் யார்தான் எனக்கு எஜமான் என்பது இன்னும் எனக்குப் புரியவில்லை" என்றேன்.

"என்ன சொல்கிறாய் நீ?" என்றார் அவர் வியப்புடன்.

"இல்லை, என் செலவுக்கு இங்கே யார் பணம் கொடுக் கிறார்கள் என்பதைத் தெரிந்துகொள்ளத்தான்."

"இது என்ன கேள்வி? எனக்கு யார் தருகிறாரோ அவர்தான் உனக்கும் தருகிறார்."

"ஆனால் அவர் யார் என்றுதான் எனக்குத் தெரியவில்லை."

"அதைப் பற்றி உனக்கேன் கவலை? வேளாவேளைக்குச் சோறு கிடைக்கிறதல்லவா, அது போதாதா உனக்கு?"

நான் இல்லை என்று தலையை ஆட்டினேன், "போதாது. அது சரியல்ல. யாரோ நமக்காகப் பணம் செலவு செய்கிறார்கள். யார் அது?"

அவர் எரிச்சலடைந்து என்னைத் திட்டுவார் என்றுதான் நான் எதிர்பார்த்தேன். ஆனால் அவர் கோபப்படவே இல்லை. கவலை தோய்ந்த முகத்துடன், "உண்மையிலேயே உனக்குத் தெரியாதா?" என்று வாட்டத்தோடு கேட்டார்.

நான் அரையும்குறையுமாக முணுமுணுத்தேன். "கோபப் படாதீர்கள். நான் கேள்விப்பட்ட விஷயங்கள் நல்லபடியாக இல்லை. இருக்கிற மண்ணையும் பொன்னையும் வித்துக் குடும்பம் நடத்துகிறோமாம்."

அவர் ஆமோதிக்கவுமில்லை, மறுக்கவுமில்லை. கீழ்த்தள ஜன்னலில் அமர்ந்து அவர் மாலைநேரத் தேநீர் அருந்திக் கொண்டிருந்தார். வெளியே ஒரு திறந்த சாக்கடையும், அதற்கப்பால் பூச்சு உரிந்துகொண்டிருந்த ஒரு சுவரும் இருந்தன. அறையில் கொசு மொய்த்துக்கொண்டிருந்தது. வெளிச் சாக்கடையிலிருந்து தாங்க முடியாத நாற்றம் வீசிக்கொண் டிருந்தது. மனதை அழுத்தும் துயரமான மாலை நேரம்.

தேநீரை மெல்லக் குடித்து முடித்துக் கோப்பையைப் பழைய பாணி வட்ட மர மேஜையில் வைத்துவிட்டு என்னை நோக்கித் திரும்பி, "ஆமாம் அது உண்மைதான். சொல்வதற்கு உன்னிடம் இன்னமும் விஷயங்கள் இருக்கின்றன என்று நினைக்கிறேன்" என்றார்.

எனக்குள் பயத்தின் அலை ஓடியது. அவர் முகம் வாடியிருந்தது. குரலிலும் சுரத்தேயில்லை. என் மாமியார் என்னிடம் பயப்படாமலிருக்கச் சொல்லியிருந்தார். நான் சொன்னேன், "குடும்பத்துப் பொன்னும் மண்ணும் புனிதமானவை, அவற்றை விற்பது சரியல்ல என்று சொல்லிக் கேட்டிருக்கிறேன்."

அவர் எதுவும் சொல்லத் தோன்றாமல் வாட்டத்துட னிருப்பதை அவரது பதில் காட்டியது. தொண்டையைச் சரிபடுத்திக்கொண்டு அவர், "என்ன செய்யவேண்டும் என்று எந்த வழியும் எனக்குத் தோன்றவில்லையே" என்றார்.

நான் தைரியத்தை வரவழைத்துக்கொண்டு சொன்னேன். "இதோ பாருங்கள், தங்கம் எடுக்க எடுக்க வந்துகொண்டிருக்கப் போவதில்லை. நிலங்களும் எல்லாம் கிட்டத்தட்ட கைவிட்டுப்

போய்விட்டன. நாம் இப்போதாவது கொஞ்சம் எச்சரிக்கையாக இருக்க வேண்டாமா?"

எந்த ஒளிவுமறைவும் இல்லாமல் அவர் கேட்டார், "நாமென்றால் யாரு? நீயும் நானுமா?"

"நாம் மட்டும் இல்லைதான்" நான் சட்டென்று பதிலளித்தேன். "இதில் எல்லோருக்கும், இந்தக் குடும்பத்திலுள்ள ஒவ்வொருவருக்கும் பங்கிருக்கிறது."

மனச் சோர்வுடன் அவர் சொன்னார், "திருமணத்திற்கும் ஏகப்பட்ட செலவாகிவிட்டது. அதெல்லாம் சரி, எதற்காக நீ இதையெல்லாம் இப்போ கேட்டுக்கொண்டிருக்கிறாய்?"

"நான் ஏழைப்பட்ட குடும்பத்திலிருந்து வந்தவள் என்பது தங்களுக்குத் தெரியும். ஏழைகளுக்குக் கஷ்டம் புதிதல்ல. ஆனால் தங்கள் குடும்பத்தால் ஏழ்மையைத் தாங்க முடியாது. நீங்களெல்லாம் ஆடம்பரமாகவே இருந்து பழகிவிட்டீர்கள்."

"நீ ஏழைக் குடும்பத்திலிருந்து வந்தவள் என்பதற்காக யாரும் உன்ன இங்கே அவமானப்படுத்தியிருக்க மாட்டார்கள் என்று நம்புகிறேன்."

"அப்படி யாரும் நடந்துகொள்ளவில்லை. எனக்குத்தான் ஏழைக் குடும்பத்துக்காரி என்று தயக்கமாக இருக்கிறது."

அன்புடன் அவர் சொன்னார், "நீ எதற்கும் தயங்க வேண்டியதேயில்லை. உன் குடும்பத்துக்காரர்கள் எதையும் மறைக்கவில்லை. நாங்களும் எல்லாம் தெரிந்தேதான் சம்மதித்தோம். நான் எதற்கும் லாயக்கில்லாதவன் என்று உனக்குப் படுகிறதா?"

"இல்லவே இல்லை" நான் அவசரஅவசரமாகப் பதிலளித்தேன். "நான் தங்கள்மீது எவ்வளவு மதிப்பு வைத்திருக்கிறேன் என்று தங்களுக்குத் தெரிந்திருக்க வாய்ப்பில்லை. தாங்கள் ஏன் லாயக்கற்றவராகப் போகவேண்டும்? தாங்கள் மனது வைத்தால் தங்களின் சொந்த சம்பாத்தியத்தில் நாம் வாழ்க்கை நடத்த முடியும்."

"ஆனால் எப்படி? என்னிடமிருப்பது பி.ஏ. பட்டம் மட்டும்தான். மிஞ்சிமிஞ்சிப் போனால் ஒரு குமாஸ்தா வேலை கிடைக்கும். அதைக் காட்டிலும் நல்ல வேலை கிடைக்காது. அது கிடைப்பதும்கூட சுலபமில்லை. வேலைக்குப் போக வேண்டும் என்று எனக்குத் தோன்றியதே இல்லை."

“வேலைக்குத்தான் போக வேண்டும் என்று ஏன் எடுத்துக்கொள்ள வேண்டும்? தாங்களே ஒரு வியாபாரத்தைத் தொடங்கலாமே”

“வியாபாரமா, அது பனியாக்களின் தொழிலல்லவா? எனக்கு அது சரிப்பட்டு வராது.”

அவரது பதிலைக் கேட்டு நான் சிரித்தேன். “சரி போகட்டும்” என்றவள், “அதைப் பற்றி இப்போ அலட்டிக்கொள்ள வேண்டாம். தாங்கள் நடப்பதற்காக போகிற நேரம் இது. போய்விட்டு வந்தபிறகு ஏதாவது யோசிக்கலாமே? தங்களுக்கு ஒன்றும் கஷ்டமாக இருக்காதே” என்றேன்.

எனக்குப் பதிலளிக்காமல் வருத்தம்தோய்ந்த முகத்துடன் அவர் சென்றார். அவருக்குள் ஏதேதோ ஓடிக்கொண்டிருக்க வேண்டும். அதனால் நான் சொன்னதை மனதில் போட்டிருக்க மாட்டார்.

இதுபோன்ற சின்ன நகரங்களில் வாழ்க்கை மகா கொடுமை; போவதற்கும் இடமில்லை; சினிமாவைத் தவிர வேறு பொழுதுபோக்குகளும் இல்லை. அங்கேயும் பழைய படங்களையே ஓட்டிக்கொண்டிருந்தார்கள். அக்கம்பக்கத்தவர்களோடு வம்பளப்பதுதான் ஒரே நேரப் போக்கு. சாதாரண மக்களோடு பேசுவது கௌரவக் குறைவாக இந்தக் குடும்பத்தில் கருதப்பட்டு வந்ததால் அதற்கும் தடையிருந்தது. இதனால் மாலை நேரம் மனத்தை அழுத்துவதாகவும் கொல்லுவதாகவுமிருந்தது. எனக்கு அழ வேண்டும்போலத் தோன்றும். என் அப்பா அம்மாவுக்காக ஏங்கினேன். ஆண்பிள்ளைகளுக்கோ வெளியே போய்ப் பேசலாம் அல்லது சீட்டாடலாம். பெண்களுக்கு அந்தச் சுதந்திரமுமில்லை. மாமியாரோ சூர்யாஸ்தமனத்திற்குப் பிறகு பூஜை ஜெபதபங்களில் இறங்கிவிடுவார். ஓரகத்திக்கு என்னைக் கண்டால் ஆகாது. எனவே நான் தனிமைப்பட்டேன்.

வீட்டின் தென்பாதியில் நாங்கள் வசித்துவந்தோம். எங்கள் பங்காக மூன்று தளங்களில் பத்து அறைகள் இருந்தன. பிற பங்காளிகள் வீட்டின் வடபாதியிலிருந்த ஏழெட்டு அறைகளில் வசித்துவந்தார்கள். நாங்கள் குறைவான ஆட்களே இருந்தோம். என் கணவரின் அண்ணனுக்குக் குழந்தைகள் இல்லை. அவரும் அவர் மனைவியும் முதல் மாடியில் இரண்டு அறைகளில் குடியிருந்தார்கள். கீழே ஓர் அறையில் நானும் என் கணவரும் மற்ற இரு அறைகளில் என் மாமனாரும் மாமியாரும் குடியிருந்தோம். அத்தையம்மா இரண்டாவது மாடியில் இருந்தார். அவருக்கு எதற்கு மூன்று அறைகள் என்று நான் ஆச்சரியப்படுவதுண்டு. தேவையில்லாமல் நான் அவர் இருக்கும் பக்கம் போக மாட்டேன்.

அவர் என்னைப் பார்க்கும் பார்வையிலேயே எனக்கு ரத்தம் உறைந்துவிடும். ஏதாவது ஏடாகூடமாக நடந்துவிட்டால் இரண்டாவது மாடியிலிருந்து அவர் போடும் கூச்சல் வீட்டிலுள்ள எல்லோருக்கும் கேட்கும். அவ்வளவு வலிமையான குரலை நான் கேட்டதே இல்லை. நான் திருமணமாகி வந்த பிறகு ஒருமுறை என்னை அழைத்துவரச்செய்து ஒரு தங்க நெக்லஸை என் கழுத்தில் போட்டுவிட்டார். இன்றுவரை அது நன்றாகத்தான் இருக்கிறது. ஆனால் பிறகு ஒரு நாள் அவர் என்னைத் திட்டிய திட்டில் கூனிக் குறுகிப்போய் நாள் முழுவதும் அழுதேன். வைராக்கியமான ஒரு பெண்ணென்றால் நெக்லஸைக் கழற்றி அவரிடமே திருப்பிக் கொடுத்திருப்பாள். ஆனால் என்னால் அது முடியவில்லை. அவரது திட்டின் சாராம்சம்: அவரது மருமகன் ஒரு பரதேசிக் குடும்பத்தில் பெண் எடுத்ததில் அவருக்கு விருப்பமே இல்லையாம். வசதியான குடும்பத்தில் வாக்கப்பட்டதால் எனக்குக் கண் தெரியாமல் போய்விட்டதாம். என் மாமியாருக்கும் ஏச்சு விழுந்தது. எல்லாவற்றிற்கும் மூல காரணம் அவர்தானாம். 'பரதேசிக் குடும்பத்திலிருந்து பெண்ணைக் கொண்டுவந்தவள் அவள்தானே. அவளும் பரதேசிக் குடும்பத்திலிருந்து வந்தவள்தானே, வேறு எப்படி இருப்பாள்.' இப்படியாக . . .

மதிய வேளைகளிலும் மாலை நேரங்களிலும் மொட்டை மாடிக்குச் செல்ல வேண்டும் என்று எனக்கு ஆசையாக இருக்கும். வீட்டிலுள்ள அறைகள் இருண்டும், பயம்தரும் விதத்தில் பரந்துமிருந்ததால் எனக்கு அறையிலிருப்பதே பிடிக்காது. மொட்டைமாடியில் நல்ல காற்றைச் சுவாசிக்க லாம். கொஞ்சம் காலாற நடக்கலாம், ஏதாவது பாட்டை எனக்குள் முணுமுணுத்துக்கொள்ளலாம். அது பொதுவான மொட்டைமாடி என்பதால் அந்த வீட்டின் வேறு பகுதியில் குடியிருப்பவர்களும் அங்கு வருவார்கள். என் வயதில் மூன்று நான்கு பெண்கள் இருந்தார்கள்; அவர்களோடு அளவளாவலாம். ஆனால் அத்தையம்மா இருப்பதால் எனக்கு மாடியேறிப் போகத் தைரியமில்லை. தன் அறைக் கதவைத் திறந்துபோட்டு மாடிப்படியைப் பார்க்க உட்கார்ந்திருப்பார். நான் ஓசையெழுப்பாமல் நடந்துபோனால்கூட அவருக்குத் தெரிந்துவிடும்.

ஒரு நாள் என் அறையிலிருப்பது இனியும் தாங்கிக்கொள்ள முடியாது என்று தோன்றவே, அத்தையம்மாவைப் பற்றிய பயம் ஒருபுறமிருந்தாலும், ரகசியமாக மொட்டைமாடிக்கு ஏறலானேன். வருத்தமும் சந்தேகமும் பதற்றமும் கொண்டவளாக நான் மாறியிருந்தேன். திருமணமான வேறு பெண்களுக்கு இருக்கும் சந்தோஷம் எதுவும் எனக்குக் கிடைத்ததாகத் தோன்ற

சீர்ஷேந்து முகோபாத்யாய்

வில்லை. கல்யாணமாகி வந்து என்னால் சுமக்க முடியாத சுமைகளைத் தோள்மீது நான் சுமந்துகொண்டிருப்பதுபோல எனக்குப்பட்டது.

நான் சத்தமிடாமல் நுனிவிரலில் நடந்து படியேறத் துவங்கினேன். அவரின் அறை படிக்கட்டுக்கு நேரெதிராக இருந்தது. வழக்கம்போல படிக்கட்டை நோட்டம் விட்டபடி அவர் உட்கார்ந்திருப்பதைப் பார்த்தேன். நல்ல மாநிறம். அவர் கண்கள் சுற்றியிருக்கும் எல்லாவற்றையும் விழுங்கி விடுவதைப்போல இருக்கும். ஒரு காலத்தில் அவர் அழகியாக இருந்திருக்க வேண்டும். ஆனால் அந்த அழகை யாரும் ஆராதிக்கவில்லை; எந்த ஆணையும் அது தன்வசப்படுத்தவில்லை; அவரது இளமை வீணாகவே கழிந்தது. எவ்வளவு துயரம் மிகுந்தது அவரது வாழ்க்கை என்று எனக்குப் புரிகிறது. விதியையோ சமுதாயத்தையோ நாட்டையோ பழித்து எந்தப் பயனுமில்லை. எனவே அவரது கோபமெல்லாம் எளியவர்கள்மீது திரும்பியது. எனக்கு அவர்மீது பயம் என்றாலும் வெறுப்பு கிடையாது.

மாடிக்கு ஓரிரு படிகளுக்கு முன்னால் நின்றேன். அவரைக் கடந்து போக வேண்டும் என்ற எண்ணமே என்னை உண்மையில் நடுநடுங்க வைத்தது. அவர் இருக்கும் அறையை மீண்டும் ஒருமுறை எட்டிப் பார்த்த நான் சற்று வியப்படைந்தேன். அவர் முன்பிருந்ததைப் போலவே ஆடாமல் அசையாமல் அமர்ந்திருந்தார். அவரது கண்கள் இமைகொட்டாமல் திறந்திருந்தன. வாய் அகலத் திறந்திருந்தது. ஏனோ என் இதயம் திக்திக்கென்று அடித்துக்கொண்டது. இப்படி ஒருபோதும் அவர் இருந்து பார்த்ததில்லையே!

மீதிப் படிகளிலும் ஏறி அவரது அறைக்குள் நுழைந்தேன்.

“அத்தையம்மா! அத்தையம்மா!”

பதிலில்லை. சுவரோரமாகச் சாய்த்துவைக்கப்பட்ட பிரமாண்டமான பிரம்பு நாற்காலியில் அவர் அசையாமல் அமர்ந்திருந்தார்.

நான் அவரை லேசாகத் தொட்டேன். அவரது நாசியின் கீழே விரல்களை வைத்துப் பார்த்தவள் உறைந்தே போனேன். அத்தையம்மா இறந்துபோயிருக்க வேண்டும்.

நான் கீழே இறங்கி ஓட எத்தனித்தேன். சட்டென்று எனக்குப் பின்னிருந்து அவரது குரல் ஒலித்தது, “நில்லு. செய்தியைச் சொல்ல இப்போ ஒன்றும் அவசரமில்லை.”

திடுக்கிட்டுத் திரும்பிப் பார்த்தேன். அப்படியானால் அவர் சாகவில்லையா? ஆனால் அவர் முன்பு பார்த்த மாதிரியே அமர்ந்திருக்கிறார், கண்கள் பிதுங்கி, வாய் திறந்திருக்க; அவரது உதடுகளில் அசைவேதுமில்லை. ஆனால் அவர் பேசுவது எனக்குத் தெளிவாகக் கேட்கிறது. "நான் இறந்து போயிட்டேன்தான். நீ நினைச்சது சரிதான். மூதேவி ஒரு வழியா ஒழிஞ்சிருச்சு."

என் வாழ்க்கையில் நான் இவ்வளவு தூரம் பயந்துபோனதே கிடையாது. இதயமே நின்றுவிடுமோ என்று தோன்றிவிட்டது எனக்கு.

"உங்கள் எல்லோருக்கும் இந்த இரண்டாவது மாடி மேலதான் கண் இல்லையா? நான் மண்டையைப் போட்ட உடனேயே வந்து பிடிச்சுகிடணும்னு இருக்கீங்க. இருக்கிற நகையையும் பணத்தையும் பங்கு போட்டுக்கணும். இதெல்லாம் நடக்கப் போறதில்லை. இங்க வா. இன்னும் பக்கத்துல."

அவர் இட்ட கட்டளை காந்தம்போல என்னை அவர் பக்கமாக மெல்ல இழுத்தது.

"எங்க ஓடப் பார்க்கிற?"

என்னால் பதில் சொல்ல முடியவில்லை. தொண்டை அடைத்தது. முழிக்க மட்டுமே என்னால் முடிந்தது. அவரின் உணர்ச்சியற்ற கண்கள் என்னை ஊடுருவிக்கொண்டிருந்தன.

"என் புடவை நுனியிலிருந்து சாவிகளை எடுத்துக்கோ. வடக்குப் பக்கமிருக்கிற ரூமுக்குப் போ. அங்கிருக்கிற மர அலமாரியில பூட்டுப்போட்ட டிராயர் இருக்கு. அதத் திற. அதில கம்பளி சுத்தின ஒரு மரப்பெட்டி இருக்கும். அதை எடுத்திட்டுபோய் உன் ரூம்ல மறைச்சுவைச்சுக்கோ, யாருக்கும் தெரியக்கூடாது. ஒனக்கு அதைச் சீதனமாகத் தரேன்னு நினைச்சிட்டிருக்கியா! மண்ணாங்கட்டி. நான் செத்துட்டேன்னு தெரிஞ்ச உடனே எல்லோரும் கழுகுகள் மாதிரி என்னச் சுத்திக்குவாங்க. அதனாலத்தான் இது எங்கிட்ட இருக்கக் கூடாதுன்னு நினைக்கிறேன். மறைச்சுவைச்சுக்கோ. எனக்குப் பிடிச்ச நகைங்க இவையெல்லாம். விதவயாய்ப் போனதுனாலே போடமுடியாமல் போச்சு. நீ அதிலே இருந்து எதையாவது எடுத்துப்போட்டுக்க நினைச்சே உன் கழுத்தத் திருகிருவேன். அதில கை வச்சுறப்பிடாது. போ போ."

செத்துப்போன அவரின் புடவையிலிருந்து எப்படிச் சாவிகளை எடுத்தேன், நகைப்பெட்டியை எப்படி வெளியில்

எடுத்தேன், இதெல்லாம் எனக்குத் தெரியவே இல்லை. எதுவுமே எனக்குத் தெளிவில்லை. என்ன செய்கிறேன் என்றுகூட எனக்குத் தெரியவில்லை.

எனது புடவைக்குள் அந்த நகைப்பெட்டியை மறைத்து எடுத்துக்கொண்டு நான் கீழிறங்கும்போது இரண்டுபேர் என்னைப் பார்த்தார்கள். ஒருத்தி, எனது ஓரகத்தியான வந்தனா. மேலே படிக்கட்டின் அருகில் நின்றபடி எங்கள் வீட்டு வேலைக்காரன் பஜாஹரியைக் கூப்பிட்டுக்கொண்டிருந்தாள். அவளைத் தாண்டிச் சென்றபோது கிட்டத்தட்ட ஓடினேன் என்றுதான் சொல்ல வேண்டும். தன் கண்களைத் திருப்பாமல் அவள் பஜாஹரியிடம் "இவ என்ன கல்யாணமானப் பொம்பளையா, இல்ல குதிரையா, இல்ல மரமேறும் குரங்கா?" என்று கேட்டாள்.

பஜாஹரி சுவரோடு ஒட்டி ஒடுங்கிக்கொண்டு நான் செல்வதற்கு வழிவிட்டான். அவனும் என்னைப் பார்த்தான்.

"அவ என்ன மறைச்சு எடுத்துக்கிட்டு போறா?" படிக்கட்டின் மேலே நின்றிருந்த என் ஓரகத்தி பஜாஹரியிடம் கேட்டாள்.

"பார்ப்பதற்கு ஒரு பெட்டி போல இருக்கு" பதிலளித்தான் பஜாஹரி.

"பெட்டியா! எங்கிருந்து கிடைத்தது அவளுக்கு?"

இவ்வளவுதான் எனக்குக் கேட்டது. நான் அறைக்குள் சென்று, கதவைத் தாழிட்டுவிட்டு எனது புதிய டிரங்க் பெட்டிகளில் அடியிலிருந்த பெட்டியில் அந்த மரப்பெட்டியை வைத்துப் பூட்டுப்போட்டேன். அதை மாடிப்படியில் எடுத்துக்கொண்டு வரும்போது அதன் கனமே எனக்குத் தெரியவில்லை. அன்று இரவுக்கு மேல்தான் என் கைகளில் வலி தெரிந்தது.

அத்தையம்மா இறந்துவிட்டார் என்று எல்லோரிடமும் நான் சொல்ல வேண்டுமா? ஆனால் எப்படிச் சொல்வது? இதயம் படபடவென்று அடித்துக்கொள்ள எனக்கு மூச்சுமுட்டியது. என்ன செய்வதென்று தெரியாமல் சிறிதுநேரம் படுத்தே கிடந்தேன். நடந்தவையெல்லாம் உண்மைதானா என்றே எனக்குத் தீர்மானிக்க முடியவில்லை. உண்மையிலேயே நடந்திருந்தால், எப்படி இது நடந்திருக்கும்?

அத்தையம்மா சந்தியாகாலத்துக்குப் பிறகு உணவு உண்பதில்லை, பாலும் பழமும்தான். பழம் எப்போதும் மேலே அறையிலிருக்கும்; சமையல்காரன் நந்தா கோஷ் அவருக்குப் பால் எடுத்துச் செல்வான்.

அவன்தான் மாடியிலிருந்து இறங்கி வந்து எல்லாரிடமும், “அத்தை முதலாளியம்மா ஒரு மாதிரி இருக்காங்க. பார்க்கச் சரியாப் படல” என்றான்.

என் மாமியார் மேலே சென்றார். அங்கிருந்து பஜாஹரியைக் கத்திக் கூப்பிட்டாள். “வீட்டு ஆம்பிளைங்கள கூப்பிடு. டாக்டருக்கு ஆளனுப்பு. எல்லாம் முடிஞ்சுப் போச்சு.”

அத்தையம்மாவின் சாவுக்கு அங்கு பரபரப்பு ஏற்பட வில்லை. யாரும் அழவில்லை. வீட்டு ஆண்கள் கொஞ்சம் அவசர நடையோடு வந்தார்கள். டாக்டர் மெளனமாக மேலேறிச் சென்றவர் பதினைந்து நிமிடங்களில் திரும்பிவிட்டார்.

அத்தையம்மா இறந்தது தெரிந்தும் நான் மேலே போகாமலிருந்தால் நன்றாக இருக்காது என்பது எனக்குத் தெரியும். ஆனால் எனக்குத் தைரியமில்லை. படுக்கையில் அழுதவாறேயிருந்தேன்.

என் கணவர்தான் என்னை இந்த நிலையில் முதலில் பார்த்தவர். ஆச்சரியத்துடன் என்னிடம், “என்ன இதெல்லாம்? எதுக்கு இந்த அழுகை? அத்தையம்மாவுக்காகவா? விநோதம்தான்” என்றார்.

ஆமாம் விநோதமேதான். ஏனென்றால் அந்தக் குடும்பத்தில் வேறு எவரும் அழவில்லை. போனவரை நினைத்து நான் அழவில்லை. பதற்றமும் பயமும் கண்ணீர் வடிவமெடுத்திருக்கின்றன. எனக்கு ஏன்தான் இப்படியெல்லாம் நடக்கிறதோ?

என் கணவருக்கென்றால் ஆச்சரியமோ ஆச்சரியம். நான் அத்தையம்மாவிற்காகத்தான் அழுகிறேன் என்று நினைத்துக் கொண்டு அவரும்கூட நெகிழ்ந்து போனார். “அவள் போனது நல்லதுதான். அவளுக்கு வாழ்க்கையில் என்னதான் சந்தோஷம் கிடைத்தது? இரண்டாவது மாடியிலுள்ள அந்த மூன்று ரூம்கள்தான் அவளது ராஜியம். நாள்பூரா தனது நகைகள எடுத்து எடுத்துப் பார்த்துப்பா. வேற சந்தோஷமோ பொழுதுபோக்கோ அவளுக்குக் கிடையாது. அது சரி நீ ஏன் இப்படி அழுதுகிட்டிருக்கே, நீ எப்போ அவகிட்ட இவ்வளவு நெருக்கமானே?” என்றார்.

எனக்குப் பதில் சொல்ல முடியவில்லை. அவரைக் கட்டியணைத்துக் கொண்டு, “சுடுகாட்டுக்கு நீங்க போக வேண்டாம். என்னால இங்க தனியா இருக்க முடியாது. பயமா இருக்கு” என்றேன்.

என் மாமியார் என்னை அழைத்தார். “எங்க இருக்கே என் சின்ன மருமகளே? இங்கே வா, நீ கட்டாயம் இங்க இருக்கணும்.”

என்னை அழைத்துப்போக பஜாஹரி வந்தான். எனவே நான் எழுந்து இரண்டாம் மாடிக்குப் போனேன். என் கணவர் என்னைக் கைத்தாங்கலாக மேலே அழைத்து வந்தார். நான் அழுவதைப் பார்த்து எல்லோருக்கும் ஆச்சரியம்.

மாமியாருக்கு ஆவலைக் கட்டுப்படுத்திக்கொள்ள முடிய வில்லை. “என்ன இதெல்லாம், எதுக்காக அழுதுக்கிட்டிருக்க?”

என் ஓரகத்தி எதுவும் சொல்லவில்லை. ஆனால் அவள் என்னையே கூர்ந்துபார்த்துக்கொண்டிருந்தாள் என்பது தெரிந்தது. பெட்டியைத் தூக்கிக்கொண்டு நான் கீழே போவதைப் பார்த்தவள் அவள்தானே. மாடிப்படிக்கருகில் ஒரு பாயில் அத்தையம்மாவைக் கிடத்தினார்கள். வீட்டில் குடியிருந்தோர் அனைவரும் அங்கு கூடினார்கள். அக்கம்பக்கத்தவர்களும் வந்திருந்தார்கள் என்றாலும் எனக்கு அந்தப் பிணத்தினருகில் நிற்பதற்குப் பயமாக இருந்தது. கண்திறந்து என்னை உற்றுப் பார்த்துவிட்டால் என்னாவது?

சுடுகாட்டிற்கு உடலை எடுத்துச் செல்லும்போது இரவு வெகு நேரமாகிவிட்டது. என் பேச்சிற்கு மதிப்புகொடுத்து என் கணவர் உடம்பு சரியில்லை என்று சாக்குச் சொல்லி போகாமலிருந்துவிட்டார். யாரும் எதுவும் கேட்கவில்லை.

நடந்ததை அவரிடம் சொல்ல வேண்டுமா வேண்டாமா என்று என்னால் தீர்மானிக்க முடியவில்லை. அவர் என்னை நம்பப்போவதில்லை. நான் இந்த இடத்திற்குப் புதியவள். அவர் என்னைத் தவறாக எண்ணிவிடவும் கூடும். அத்தையம்மா நகைப்பெட்டியைப் பத்திரமாகப் பாதுகாக்கச் சொல்லி யிருந்தது வேறு என்னைக் கவலைக்குள்ளாக்கியது. யாரிடமும் சொல்லாமலிருப்பதுதான் நல்லது.

இறுதிச் சடங்கை முடித்து எல்லோரும் வீடு திரும்பினார்கள். சூரியனும் உதித்தது.

என் மாமனாரின் அண்ணன் அறையில் குடும்ப உறுப்பினர்கள் எல்லோரும் கூடினார்கள். என்னை யாரும் அழைக்கவில்லை. நெஞ்சு திக்திக்கென்று அடித்துக்கொள்ள என் அறையிலேயே காத்திருந்தேன். அத்தையம்மாவின் நகைகள் பற்றியும் இரண்டாவது மாடியை யார் எடுத்துக்கொள்ள வேண்டும் என்பது பற்றியும்தான் நிச்சயம் பேச்சு ஓடிக் கொண்டிருக்கும்.

ஒரு மணிநேரத்திற்குப் பிறகு அவர்கள் மாடிப்படியேறுவது எனக்குத் தெரிந்தது.

அத்தையம்மாவின் சாவிகளை எங்கே விட்டு வந்தேன் என்பதை என்னால் ஞாபகத்திற்குக் கொண்டுவர முடியவில்லை. அவரது புடவையில் மீண்டும் அதை வைத்து முடிச்சிடவில்லை என்பது மட்டும் நிச்சயம்.

ஒருமணிநேரம் கழித்து என் கணவர் கீழே இறங்கி வந்தார், கோபம் கொப்பளிக்க. அவர் முகத்தைப் பார்த்ததுமே ஒரு இனம் தெரியாத பயம் என் இதயத்தைத் தாக்கியது. கொஞ்சநேரம் மௌனமாக இருந்துவிட்டு, "அத்தையின் நகைப்பெட்டியைக் காணோம்" என்றார்.

என் இதயத்தில் ஜிவ்வென்று ரத்தம் ஏறியது. "நகைப்பெட்டியா?" நடுநடுங்கும் குரலில் கேட்டேன்.

"ஆமாம். விளையாட்டல்ல. நூறு சவரனுக்கு மேலே இருக்கும். தங்கக் காசுகளே நாப்பது அம்பது இருக்கும். அவருக்கு வரதட்சிணையாப் கொடுத்தது."

எனக்கு ஆச்சரியமாக இருந்தது. அதாவது ஒரு கிலோவுக்கும் மேலே தங்கம். அவ்வளவு கனமான பெட்டியை நான் எப்படி மேலேயிருந்து எடுத்துக்கொண்டு வந்தேன்?

வருத்தம் தோய்ந்த முகத்துடன் என் கணவர் பேசினார், "மதினி என்னன்னவோ சொல்கிறார். யாரு எடுத்திருக்காங்கன்னு அவங்களுக்குத் தெரியுமாம். ஆனால் பெயரைச் சொல்லலை. நந்தா கோஷலாகத்தான் இருப்பான்னு அப்பா சொல்கிறார். அவன்தான் அத்தை அறைக்கு அடிக்கடிப் போகும் ஆள்."

"இருக்கவே இருக்காது" இடைமறித்தேன் நான். "நந்தா கோஷல் வருஷக்கணக்கா இங்கே இருக்கிறார்."

"ஆமாம். இதுவரைக்கும் எதையும் திருடினது இல்லை."

நான் பணிவுடன் அவரிடம் சொன்னேன். "அத்தையம்மா நகைகளைப் பற்றிக் கவலைப்பட வேண்டாம். நமக்கும் அதுக்கும் என்ன சம்பந்தம்?"

அவர் என்னை ஆச்சரியத்துடன் பார்த்தார். "உனக்குத் தங்கத்தின் மேலே ஆசையே கிடையாதா?" நான் தைரியமானேன். "ஆசையில்லாத மனுஷன் யாரும் கிடையாது. சம்சாரியிலிருந்து சந்நியாசிவரை எல்லோருக்கும் உண்டு. கடவுள்கூட ஜனங்கள் தன்னிடத்தில் பக்தியோடு இருக்கணும்னுதான் ஆசைப்படுகிறார்."

என் கணவர் ஆச்சரியத்தைக் கட்டுப்படுத்த முடியாமல் என்னைக் கூர்ந்து பார்த்தார். அவருக்கு நான் யார் என்பது பிடிபட ஆம்பித்திருக்க வேண்டும். "பிரமாதம்" என்றவர், "ஆனா

அந்தப் பெட்டி எங்கதான் மாயமாய்ப் போயிருக்கும்?" என்று கேட்டார்.

"அதைப் பற்றி வேறு ஆட்கள் கவலைப்பட்டுக்கொள்ளட்டும். அத்தையம்மாவின் துக்கம்பீடித்த பெருமூச்சு எப்போதும் அவரது நகைகளைச் சுற்றிவந்துகொண்டே இருக்கும். நமக்கு அந்த நகைகள் வேண்டாம்."

எனது கணவர் அதை ஏற்றுக்கொண்டது போலத் தோன்றியது. பின்னர் அவர், "இரண்டாவது மாடியைச் சுத்தம் பண்ணி நாம அங்க குடியேறணும்னு அம்மா சொல்லிக்கிட்டிருக்காங்க" என்றார்.

நடுங்கிப்போய் நான், "எதற்காக? இங்கே நாம் நல்லாதானே இருக்கோம்?" என்றேன்.

"இல்லவே இல்லை. கீழே இங்கே இருளடைஞ்சு கிடக்கு. கொசுத் தொல்லை வேறு. மேலே வெளிச்சமாகவும் காற்றோட்டமாகவும் இருக்கும். இடமும் அதிகம். அண்ணாவும் மதினியும் மேலே போக மாட்டார்கள். அப்பாவுக்கு இதயக் கோளாறு இருப்பதால் அம்மாவும் அப்பாவும் மேலே போகக் கேட்க மாட்டார்கள். பெரியப்பா தனியாள், அவருக்கு மூன்று அறைகள் தேவையில்லை. நாம் அங்க போகவில்லை என்றால் வேற யாராவது வந்து குடியேறிடப் போறாங்க."

"குடியேறிட்டுப் போகட்டும். எனக்கு அங்கிருக்க பயமாக இருக்கு."

என் கணவர் புன்னகைப் பூத்தார். சிரிக்கும்போது அவர் ரொம்ப அழகாகத் தெரிந்தார். பரவசத்துடன் அவரையே பார்த்துக்கொண்டு நின்றேன். "மனுஷன் செத்துப்போய்ட்டா அப்புறம் ஒண்ணுமே கிடையாது. நீ எதற்காகப் பயப்படணும்?" என்று கேட்டார்.

"என்னைவிட தங்களுக்கு நிறைய தெரியும். ஆனால் ஒரு மனுஷன் செத்தப்பறமும் அவருடைய ஏதோ ஒண்ணு இருக்கும்னு எனக்குப் படுது. என்னை இரண்டாவது மாடிக்கு மட்டும் போகச் சொல்லிச் சொல்லாதீர்கள்" என்றேன்.

வருத்தத்துடன் அவர் சொன்னார், "அத்தையம்மா காலத்துக்கு அப்பறம் இரண்டாவது மாடிக்குக் குடிபோகணும்னு ரொம்ப வருஷமாக நான் ஆசைப்பட்டுக்கிட்டிருந்தேன்."

"ஆனா நாம இங்கே நல்லாதானே இருக்கோம்" என்றேன் நான் கண்ணீர்மல்க. "இல்லையா?"

அதற்குமேல் அவர் என்னை வற்புறுத்தவில்லை.

இதற்கிடையில், நகைப்பெட்டியைப் பற்றிப் பெரிய வாதவிவாதங்கள் உண்டாகிவிட்டன. என் ஓரகத்தி அதில் கலந்துகொள்ளவில்லை என்பது எனக்குக் கவலையாகயிருந்தது. என் கணவரின் பெரியப்பா போலிசுக்குச் சொல்லப் போவதாகச் சொன்னார். மதிய உணவுக்குப் பிறகு என் ஓரகத்தி தன்னை மொட்டைமாடியில் வந்து பார்க்கச்சொல்லி பஜாஹரியை அனுப்பிவைத்தாள். வசந்தகாலம்தான் என்றாலும் ஏனோ அன்று நல்ல வெயிலடித்தது.

என்னைத் துளைத்துவிடுவதுபோலப் பார்த்துவிட்டு ஓரகத்தி கேட்டாள், "நகைகளையெல்லாம் எடுத்து நீ இன்னும் விற்றுவிடவில்லையல்லவா?"

"ஏன் அப்படிக் கேட்கிறீர்கள்?" என்றேன் மென்மையாக.

"அப்பாவி வேஷம் போடாதே. நீதானே அவரைக் கழுத்தை நெறித்துக் கொன்றாய்? உங்கிட்ட நான் இனி ஜாக்கிரதையாகத்தான் இருக்கணும். என்ன கொடூரமானவள் நீ."

நான் மௌனமாக இருந்தேன். என் ஓரகத்தி அழகியுமல்ல, குரூபியுமல்ல. நல்லப் பருத்துவிட்டதால் இப்போது அவளிடம் கவர்ச்சி இல்லாமல் போய்விட்டது. அவளது முகத்தில் கவர்ச்சியிருந்தாலும் அதில் கொடூரத்தின் சாயலுமிருந்தது. இப்போது அது நன்றாக வெளிப்பட்டது. "நீ செய்ததை நான் யாரிடமும் சொல்லவில்லை. சொல்ல வேண்டிய அவசியமும் இல்லை. அத்தையம்மாவிடம் நூறு பவுனுக்கு மேல் உண்டு என்று எனக்குத் தெரியும்."

"இதையெல்லாம் என்னிடம் ஏன் சொல்லிக்கொண் டிருக்கிறீர்கள்?" நான் ஏதும் அறியாதவள்போலக் கேட்டேன்.

"நடிக்காதே. அப்புறம் போலிஸ்ட்ட சொல்ல வேண்டி யிருக்கும். பெரிய மாமா போலிசில் சொல்வதாகத்தான் இருக்கிறார். கொலை செஞ்சு திருடியக் குற்றத்துக்காக உன்ன கைதுபண்ணிப் பிடுச்சிட்டுப் போயிடுவாங்க."

"நான் எதுவுமே செய்யலயே" என்றேன் அச்சத்துடன்.

"உன் பொருட்களைச் சோதனைப் போட்டா நீ என்ன செஞ்சிருக்கேன்னு தெரிஞ்சிரும். என்ன, நீ அதை ஏற்கனவே கையடிக்காம இருக்கணும். உன்ன மாதிரி பயங்கரமான ஒருத்தியை என் வாழ்க்கைல பார்த்ததே இல்லை. நீ ஒரு மோசக்காரி. தம்பிகிட்ட எச்சரிக்கையா இருக்கச் சொல்லப் போறேன்."

என் கண்களிலிருந்து கண்ணீர் வழிந்தது. உண்மையில் என்ன நடந்தது என்பதை எப்படி நான் சொல்வது? சொன்னால்தான் நம்புவார்களா?

என் ஓரகத்தி, "உன் கண்ணீருக்கு நான் மசிஞ்சிருவேன்னு நினைக்காதே. கேட்டுக்கோ. எடுத்தது நீதான். வேற எப்படியும் போயிருக்க வழியில்லை. எனக்கு அரைப் பங்கு தந்திரு. 50 பவுன் முழுசா. எனக்குத் தெரிந்த நம்பகமான நகைக் கடைக்காரன் ஒருத்தன் இருக்கிறான். சமபங்கா சரியா பிரிச்சுத் தந்திருவான். யாருக்கும் தெரியாது. வீட்டில் யாரும் இல்லாத நேரமா பார்த்து முடிச்சிடுவோம். என் அறையிலே வைச்சுப் பங்கு போட்டுக்கலாம். சரியா?" என்றாள்.

நான் பதில் சொல்லவில்லை. கொஞ்ச நேரம் கழித்து அவளே பேசினாள், "அப்போ மொத்தத்தையும் நீயே எடுத்துக்கலாம்னு நினைச்சிருக்கே?"

மேல்மாடித் தரையின் சூட்டில் என் பாதங்கள் வெடித்து விடும்போலிருந்தது. அவள் செருப்பணிந்திருந்தாள். நான் வெறுங்கால். கால்சூட்டையும் பொருட்படுத்தாமல் நான் அவளிடம், "ஏழைக் குடும்பத்திலிருந்து வந்ததுனாலேதானே என் மேலே உங்களுக்குச் சந்தேகம் வருது?" என்றேன்.

"சந்தேகமென்ன, சந்தேகம். நானே என் கண்ணால பார்த்தேனே. நீ ஏழைக் குடும்பத்துக்காரி மட்டுமில்லை, ஒரு நல்ல குடும்பத்துக்காரியுமில்லை. என் சொல்படிக் கேட்கலைனா விளைவு மோசமாக இருக்கும். உன்ன எச்சரிக்கிறேன்."

குழம்பிப்போன நான் உண்மையைச் சொல்லிவிடுவோமா என்று முடிவுக்கு வந்தேன். தப்பு என்பேரில் இல்லை என்பதாவது தெரிந்துபோய்விடும். அவள் நம்பாமல்கூடப் போகலாம். அதனால் என்ன?

திடீரென்று நான் அந்தப் பிரமாண்டமான மொட்டைமாடியின் இன்னொரு கடைசியில் தூய வெள்ளுடையணிந்த விதவைப் பெண்ணொருத்தி வெயிலில் காயப்போட்டிருந்த துணியை மடித்துக்கொண்டிருப்பதைப் பார்த்தேன். அவள் என்னை நோக்கித் திரும்பினாள்.

அவ்வளவு வெயிலிலும் நான் உறைந்தே போனேன்: அத்தையம்மாதான் அது.

அந்த நேரம் பார்த்து அந்த வீட்டில் குடியிருந்த ஒரு இளம்பெண் தலையைக் காயப்போடுவதற்காக மொட்டை மாடிக்கு வந்தாள். அவள் அத்தையம்மாவுக்கு நேர் எதிராக,

அவரைப் பார்ப்பதுபோல, உட்கார்ந்தாள். ஆனால் அவள் முகத்தில் எந்தவொரு மாற்றமும் இல்லை. அத்தையம்மாளை அவளால் பார்க்க முடியாது என்பது எனக்குப் பிடிபட்டது.

"ஏன் இப்படி முகம்வெளுத்துப்போய்விட்டாய்" என் ஓரகத்தி கேட்டாள். "பயந்திட்டியா அதுவும் நல்லதுதான். இந்தப் பயம் உனக்கு வரவில்லையென்றால் கஷ்டம் உனக்குதான். நகைகளைப் பங்குபிரிக்க ஒத்துக்கிட்டா பயப்படவே வேண்டாம். யாரிடமும் நான் சொல்லமாட்டேன்."

"எனக்கு எதுவும் தெரியாது" என்றேன். "உங்கள் விருப்பம்போல என்னவேண்டுமானாலும் செய்துகொள்ளுங்கள்."

நான் கீழே வந்தேன். என் அறைக்கு வந்ததுமே அத்தையம்மாவின் உருவத்தைப் பார்த்த படபடப்பில் சுருண்டு விழுந்துவிடுவேன் போலிருந்தது. என் கணவர் இந்த நேரத்தில் சற்று தூக்கம் போடுவார். இன்றும் உறங்கிக்கொண்டிருந்தார். என் நிலையைப் பார்த்திருந்தால் நிச்சயம் அவர் பயங்கர வியப்பிற்குள்ளாகியிருப்பார்.

நான் ஜன்னலருகில் சென்று அமர்ந்தேன். இந்த மதிய அமைதியில் ஒரு புறா கொக்கொக் என்றது. சாக்கடையிலிருந்து நாற்றம் வீசியது. என் இதயம் ஒரு நிலைக்கு வந்தது. அன்றைய மதியம் இப்படியாகக் கழிந்தது.

கணவர் எழுந்ததும் அவருக்குக் கொடுப்பதற்காகத் தேநீர் தயார்செய்ய சமையலறைக்குப் போனேன். அப்போதுதான் முதலாவது மாடியிலிருந்து யாரோ படிக்கட்டில் வேகமாக இறங்கி வருவதும், என் அத்தான் என் கணவரை அழைப்பதும் கேட்டது. என் கணவரும் ஓடினார்.

அதன்பிறகு பஜாஹரி டாக்டர் ருத்ராவை அழைத்து வருவதற்காகக் கிளம்பினான்.

நான் படிக்கட்டின் கீழே மௌனமாக நின்றேன்.

மாடியிலிருந்து இறங்கிவந்துகொண்டிருந்த பஜாஹரி என்னிடம், "அண்ணி! நம்பவே மாட்டீர்கள். பெரிய அண்ணிக்குப் பேச்சு வராமலாகிவிட்டது" என்றான்.

"பேச்சு வரவில்லையா? என்ன சொல்கிறாய்"

"ஒரு வார்த்தைக்கூட அவரால் பேசமுடியவில்லை. எதையோ காட்டிக்காட்டி முனங்கிக்கிட்டிருக்காங்க."

நான் நிம்மதிப் பெருமூச்சுவிட்டேன். ஆனால் அப்படி யாரைத்தான் சுட்டிக்காட்டுகிறாள் அவள்?

அன்று மாலை யாரும் வீட்டைவிட்டு வெளியே போக வில்லை. எல்லார் முகத்திலும் இறுக்கம் தெரிந்தது. முதலில் மரணம், இப்போது ஒருவருக்குப் பேச்சு இல்லாமல் போய் விட்டது. இவை அவர்களைக் கலங்கடித்துவிட்டன.

என் கணவர் கீழே இறங்கி வந்து என்னிடம், "அண்ணியைப் பார்க்க நீ போகலையா லதா? ஏன் இப்படி அவருக்குப் பேச்சு போய்விட்டது என்று யாருக்குமே தெரியவில்லை" என்றார்.

"அவருக்கு என்னைப் பிடிக்காது" நான் முணுமுணுத்தேன். "நான் போய்ப் பார்க்க வேண்டும் என்று தாங்கள் நினைத்தால் போய்ப் பார்க்கிறேன்."

நான் அவளது அறையின் வாசலருகில் போனதுமே என் ஓரகத்திப் படுக்கையிலிருந்து படாரென்று எழுந்து, என்னைச் சுட்டிக்காட்டிச் சத்தமாக முனகத் துவங்கினாள். திருடன் யாரென்று காட்ட முயல்கிறாள் என்பது எனக்குப் புரிந்தது. ஆனால் வேறு யாருக்கும் அது புரியவில்லை.

என் அத்தான் சதோக் மித்ரா ஓர் அற்புதமான மனிதர்; கணவரை விட லட்சணமாக இருப்பார் என்றுதான் சொல்ல வேண்டும். அவரது வடிவான முகத்தில் இப்போது பயம், பதற்றம் இவற்றின் ரேகைகள் ஓடின. தவிப்புடன் என்னிடம், "மன்னி, என்ன நடந்திருக்கும் என்று நீ நினைக்கிறாய்? ஏன் இவள் இப்படி நடந்துகொள்கிறாள்?" என்று கேட்டார்.

"ஏதோ சொல்ல வருகிறார் போலிருக்கிறது" என்றேன் மென்மையாக.

"என்ன சொல்ல வருகிறாள்? உனக்குக் கண்டுபிடிக்க முடிகிறதா?"

நான் தலையசைத்தேன் "முடியவில்லை. அவர் குணமாகி வந்ததும் சொல்லக்கூடும்."

"இப்படித் திடீரென்று எப்படி வந்தது என்று டாக்டராலக்கூடச் சொல்ல முடியல. அவளது நாக்கு மரத்துப் போய்விட்டது. நாக்கு முடியாமல் போகும் என்று நான் இதுவரை கேள்விப்பட்டதில்லை."

என் ஓரகத்தி தனது உருண்டைக் கண்களால் உற்றுப் பார்த்துக் கொண்டே விரலால் என்னைச் சுட்டிக் காட்டிக் காட்டித் தன்

அத்தைக்கு மரணமில்லை 25

கணவரது கவனத்தை என்னை நோக்கித் திருப்ப முயன்றாள். எனக்குப் பயமாகப் போய்விட்டது.

என் அத்தான் தொந்தரவு இல்லாத மனிதர். வம்புதும்புக்குப் போகாத, சண்டைச் சச்சரவை விரும்பாத மனிதர். அடாவடிக்கார மனைவியின் முன்பு பயந்து அடங்கியிருப்பவர் போலத் தோன்றுவார். நண்பர்களைப் பார்ப்பதற்காகச் சாயங்காலம் வெளியில் செல்வதைத் தவிர, அவர் வீட்டைவிட்டு வெளியே போவதே இல்லை. வீட்டிலுள்ள ஆண்கள் அதிகமும் எதற்கும் பிரயோசனமில்லாத சோம்பேறிகள்; மதியம் கிடந்து உறங்குபவர்கள். சிக்கல் என்று வந்துவிட்டால் பரிதவித்துப் போய்விடுவார்கள். அவர்களின் அறிவு பயன்படுத்தாமல் மழுங்கிப் போய்விட்டது. என் அத்தான் தன் மனைவியின் இயலாமையைப் பார்த்து நொந்துபோயிருந்ததால் அவள் காட்டிய சைகைகளைப் புரிந்துகொள்ள முடியவில்லை.

தெரிவிக்க வேண்டியதைச் சொல்ல வேறு வழிகள் இருக்கத்தான் செய்கின்றன; எழுதிக் காண்பிக்கலாம். ஆனால் திடீரென்று பேச்சு நின்றுவிட்டதால் அவளுக்கு இது தோன்றாமல் போயிருக்கலாம். ஆனால் நிச்சயம் அவளுக்கு எழுதிக் காண்பிக்கலாமே என்று தோன்றத்தான் போகிறது. அப்போதுதான் எனக்குச் சிக்கல்.

திடீரென்று என் அத்தான் மேஜைமீதிருந்த ஒரு துண்டுக் காகிதத்தை எடுத்து என்னிடம் நீட்டினார். "படித்துப் பார். ஏதாவது உனக்கு விளங்குகிறதா?"

அதில் எனக்குப் புரிந்ததெல்லாம் ஒரேயொரு எழுத்துதான். 'ந'. பாக்கியெல்லாம் ஒரே கிறுக்கலாகத் தெரிந்தன.

"அவ முக்கியமான விஷயம் ஏதோ சொல்ல நினைக்கிறாள். அதை எழுதித் தர முயன்றாள், ஆனால் முடியவில்லை. என்ன எழுதியிருக்கிறது என்று எனக்கும் புரிந்துகொள்ள முடியவில்லை. எனக்குக் கண்டுபிடிக்க முடிந்த ஒரே எழுத்து ந மட்டும்தான்" என்றார் அத்தான்.

அவருக்குப் புரிந்திருக்காது. எனக்கு அதன் பொருள் புரிந்துவிட்டது. "அவருக்குக் கையுமா முடியாமல் போய்விட்டது?" என்று கேட்டேன்.

"இல்லை. கையில் எந்தக் கோளாறும் இல்லை. அவளால் எழுதத்தான் முடியவில்லை."

நான் பரிதாபப்படுவது போல முகத்தை வைத்துக்கொண்டு நின்றேன். அவள்மேல் எனக்குப் பரிதாபம் இல்லை என்று சொல்ல

முடியாது. ஆனால் எனக்குப் பயம்தான் அதிகமாக இருந்தது. என்ன நடக்கிறது, ஏன் நடக்கிறது என்று எனக்குப் பிடிபடவில்லை. ஆனால் என்னமோ நடந்துகொண்டிருக்கிறது என்பது மட்டும் தெளிவு.

என் அத்தான் என்னிடம் "கொஞ்ச நேரம் இவகூட இரு. நான் மருந்து வாங்கிக்கொண்டு வருகிறேன்" என்றார்.

இதைக் கேட்டு ஓரகத்தியின் பயம் அதிகரித்திருக்க வேண்டும். மீண்டும் முனங்க ஆரம்பித்துவிட்டாள். கணவரிடம் அவள் தன்னைவிட்டுவிட்டுப் போக வேண்டாம் என்று சொல்வது போலிருந்தது. அவர் அவளைப் பார்த்துத் திரும்பி, "எந்தக் கவலையும் வேண்டாம். லதா இங்கே இருப்பாள். நான் உடனே வந்துவிடுகிறேன்" என்றார்.

அவர் சென்றுவிட்டார்.

என் ஓரகத்தியின் முகத்தில் இப்படி ஒரு கலவரத்தை நான் இதுவரை பார்த்ததில்லை. கண்கள் முகத்திலிருந்து வெளியே பிதுங்கிவந்துவிடும்போல இருந்தது. வாய் அகலத் திறந்திருந்தது. மூச்சு வேகமாக வந்துகொண்டிருந்தது. அவள் அருகில் விரைந்து சென்று நான் "என்னாச்சு அக்கா? எல்லாம் சரியாய்ப் போய்விடும். பயப்பட வேண்டாம்" என்றேன்.

பயத்தில் அவள் பந்துபோலச் சுருண்டுகொண்டாள். நகர்ந்து நகர்ந்து கட்டிலின் தலைப்பக்கம் சென்று, பதற்றத்துடன் என்னைப் பார்த்து, "என்னைக் கொன்றுவிடாதே. கொன்று விடாதே. நகையைப் பற்றி யாரிடமும் சொல்ல மாட்டேன். தெய்வத்தின் மீது ஆணை. எனக்குப் பங்கே வேண்டாம். உனக்கு மாயமந்திரம் தெரிந்திருக்கிறது; அதை வைத்து என் நாக்கைக் கட்டிப் போட்டுவிட்டாய். சத்தியமாகச் சொல்கிறேன், நான் ஒருவார்த்தைகூட வெளியில் சொல்ல மாட்டேன். உங்கிட்ட கெஞ்சிக் கேட்கிறேன். என்னை விட்டுவிடு" என்றாள்.

நாக்கு முடியாமல் போனவள் இப்படிப் பேசுவது எனக்குக் குழப்பத்தை ஏற்படுத்தியது. எதுவும் புரியாமல் அவளையே நான் பார்த்துக்கொண்டிருந்தேன் சிறிதுநேரம். அவள் தேம்பித் தேம்பி என்னிடம் இறைஞ்சிக்கொண்டிருந்தாள். அவளது கைகள் கட்டுப்படுத்த முடியாமல் நடுங்கிக்கொண்டிருந்தன. கண்ணீரும் எச்சிலும் மேலெங்கும் வழிந்தன. எனக்குச் சங்கடமாகப் போய்விட்டது. வேலைக்காரியை அழைத்து அவளோடு இருக்கச் சொல்லிவிட்டு நான் என் அறைக்குத் திரும்பினேன்.

அனைவரிடமும் விசாரிப்பதற்காக மதியம் போலிஸார் வந்தார்கள். பஜாஹரியை அவர்கள் விசாரணை செய்யும்போது

அவன் தட்டுத்தடுமாறி ஏதோ சொல்லவந்தான். ஆனால் அவன் முகம் வெளுத்துப் போய் ஒன்றும் பேசாமல் நின்றுவிட்டான். அவனையும் நந்தா கோஷலையும் சந்தேகத்தின் பேரில் போலிஸார் அழைத்துச் சென்றார்கள்.

என் கணவரும் அவரது குடும்பத்தாரும் நகைத் திருட்டைப் பற்றி அலசி ஆராயத் துவங்கினார்கள். அத்தையம்மாவின் நகைகள் அவர் மரணத்திற்குப் பிறகு தங்களுக்குத்தான் கிடைக்கப் போகிறது என்று அவர்கள் காத்திருந்தார்கள் என்பது எனக்குப் புரிந்தது. கரைந்துகொண்டிருக்கும் குடும்ப கஜானாவை அவை மீண்டும் நிரப்பியிருக்கும். வீட்டு ஆண்களும் சுண்டுவிரலைக்கூட அசைக்காமல் அந்த நகைகள் தீரும்வரை ஜாலியாக வாழ்ந்திருப்பார்கள்.

நான் ஏழைக் குடும்பத்திலிருந்து வந்தவள். நூறு பவுன் நகைகள் வைத்திருப்பேன் என்று நான் கனவில்கூட கற்பனை செய்ததில்லை. இவ்வளவு சொத்தை நான் எப்படிக் காப்பாற்றப் போகிறேன்? அடுத்து வந்த சில நாட்களில் நான் ரொம்பவும் பதற்றமாக இருந்தேன். எதுவுமே ஓடவில்லை. என்ன செய்வதென்றே தெரியவில்லை. என்னிடமிருக்கும் ரகசியத்தை யாரிடமாவது பகிர்ந்துகொண்டால் ஆசுவாசமாக இருக்கலாம். ஆனால் எனது ரகசியம் ஆபத்தான ரகசியம் என்பதால் எனக்குத் துணிச்சல் வரவில்லை.

நந்தா கோஷல் இல்லாததால் குடும்பத்தினருக்கு நானே சமையல் செய்ய வேண்டி வந்தது. ஓரகத்தி முடியாமலாகி அறையிலேயே முடங்கிவிட்டாள். என் மாமியாரும் ஒன்றும் இளம்பெண் அல்ல. வேலைக்கும் ஆட்கள் கிடைக்க வில்லை. சமைக்கக் கிடைத்த சந்தர்ப்பம் எனக்குக் கொஞ்சம் ஆறுதலாகத்தானிருந்தது. செய்வதற்கு என்று ஏதோ இருக்கிறதே! எனக்குப் பொழுதுபோக்க நல்ல வழியாகவும் இது இருந்தது.

ஒருநாள் நான் கறி சமைத்துக்கொண்டிருந்தேன். நான் நன்றாகச் சமைப்பேன். எல்லோரும் பாராட்டவும் செய்தார்கள். அம்மிக் கல்லில் மசாலா அரைக்க உட்கார்ந்தபோது கதவின் பின்னால் வெள்ளைச் சீலையின் ஒரு நுனி தெரிந்தது. யாரோ வெளியே நிற்கிறார்கள். குடும்பத்தில் விதவைகள் யாருமில்லை. பயத்தில் நான் உறைந்துப் போய் கல்லாய்ச் சமைந்துவிட்டேன்.

ஒரு பெருமூச்சு கேட்டது. அத்தையம்மாவின் குரல்தான், சந்தேகமில்லை. கமுக்கமாக வந்தது. “என்ன கறிச் சமையலா?”

என் இதயம் படபடவென்று அடித்தது. ஆனாலும் இது முற்றிலும் புதிய அனுபவம் இல்லை என்பதால் என்னால் பதிலளிக்க முடிந்தது. "ஆமாம்."

"மணம் பிரமாதம்."

நான் அமைதியாக இருந்தேன்.

"எவ்வளவு நாளாச்சு. எனக்கு அதன் ருசியே மறந்து போய்விட்டது. உனக்கு நல்ல சமைக்கத் தெரியுமா?"

"சொல்லத் தெரியவில்லை" என்றேன். என் குரல் தடுமாறியது.

"நல்ல ருசியாகத்தான் இருக்கும். ஆனால் நீ உப்புப்போட மறந்துவிட்டாய். உப்பு நல்லாப் போடு."

வெள்ளையுடை நகர்ந்துவிட்டது. அடுக்களையிலிருந்து என் அறைக்கு ஓடிப் போய்விட வேண்டும் என்று தோன்றியது. ஆனால் அடக்கிக்கொண்டேன். இதுதான் விதியென்று சொல்வது. நான் உப்புப் போட்டேன், ஆனால் மனதில் ஏற்கனவே போட்டுவிட்டோமே என்று தோன்றிக்கொண்டே இருந்தது.

அன்று இரவு எல்லோரும் மட்டன்கறி பிரமாதமாக இருப்பதாகவும், உப்புதான் ரொம்ப ஜாஸ்தி என்றும் சொன்னார்கள். யாராலும் அதைச் சாப்பிட முடியவில்லை. எனக்குக் கோபமாக வந்தது.

இரவில் என் கணவரிடம் கேட்டேன், "தாங்களுக்குப் பேய் பிசாசில் நம்பிக்கை உண்டா?"

திகைத்துப் போனவர் போல அவர், "இல்லை, எதற்குக் கேட்கிறாய்?" என்று கேட்டார்.

"இல்லை. சும்மாதான்."

வசந்தா

நாங்கள் பிக்னிக்கை முடிக்கவும் பிரமாண்டமான நிலவு மலையிலிருந்து எழுந்தது. இவ்வளவு பெரிய நிலவை நாங்கள் யாரும் பார்த்ததேயில்லை. மலைமுகடுகளும் காடும் நதியும் மலைத்தடங்களும் மணற்கேணியும் இந்த நிலவொளியில் மூழ்கிப்போய் ஏதோ தேவதைக் கதைகளில் வருபவைபோலப் புதிய வடிவம் எடுத்தன. இந்த அந்திப் பொழுதுதான் எவ்வளவு அழகாக மாறிவிட்டது! எங்களில் பலரும் அவரவருக்குப் பிடித்தமான பாடல்களைப் பாடத் துவங்கினார்கள். முதலில் முணுமுணுப்பாகத் துவங்கும்; பின்னர் உரத்து ஒலித்துக் கோரஸாக மாறிவிடும்.

சமையல்காரரும் அவரது உதவியாளர்களும் பாத்திரப் பண்டங்களை லாரிகளில் ஏற்றுவதில் முனைப்பாக இருந்தார்கள். எங்களுக்கு வீடுதிரும்பும் எண்ணமே இல்லை. மாணவிகள் நாங்களெல்லோரும் கைகோத்துக்கொண்டு பாடியபடியே எல்லா திசைகளிலும் போனோம்.

ஆசிரியைகள் கத்தினார்கள், "ரொம்ப தூரம் போயிடாதிங்க. அரைமணி நேரத்தில கிளம்பப் போறோம்."

அவர்களைச் சட்டை செய்வது யார்? இது போன்றதொரு அந்தி மீண்டும் வரப்போவதில்லை. இவ்வளவு அழகான இடத்தையும் அற்புதமான நிலவையும் விட்டுவிட்டு ஒரு வளைக்குள்போய் அடைய யார்தான் விரும்புவார்கள்?

சீர்ஷேந்து முகோபாத்யாய்

எல்லோரும் சேர்ந்து போனோம் என்றில்லை. இவ்வளவு பெண்கள் உள்ள கூட்டம் சிறுசிறு குழுக்களாகப் பிரிவது இயல்புதான். நாங்களும் பிரிந்துசென்றோம். நாங்கள் நான்கு பேர் ஒரு சுனையின் தடத்தில் நடந்தோம். பகலிலும்கூட இந்தப் பக்கம் நடந்துபோனோம். என்றாலும் அப்போது நிலவில்லை; நீரில் நிலவின் பிரதிபலிப்பில்லை; இப்படிக் கொள்ளை கொள்வதாக உலகம் அப்போது இருக்கவில்லை.

நீரோடையில் பாறைகள் அங்குமிங்கும் சிதறிக் கிடந்தன. இந்த நோஞ்சான் நீரோடை மலைகளை உடைத்து இந்தப் பாறைகளை எவ்வளவு தூரம் கொண்டுவந்திருக்கிறது? பனிக் காலம் என்பதால் ஓட்டம் அதிகமில்லை. நீர்தான் எவ்வளவு குளிர்ச்சி, என்ன தெளிவு!

நாங்கள் நால்வரும் பாறைக்கு இருவராக அமர்ந்து கொண்டோம். கொஞ்ச நேரம் நாங்கள் நிலவைப் பற்றி எங்கள் நினைவில் நின்ற ரவீந்திர நாதரின் பாடல்கள் அனைத்தையும் பாடினோம். ஆனால் குரல்கள் ஒத்திசையவில்லை, வரிகளை யும் தப்பும் தவறுமாகப் பாடினோம். கண்றாவியாக இருந்தது. நாங்கள் சிரித்துக்கொண்டோம்.

பிரீத்தி என்னோடு இருந்தாள். சுப்ரியாவும் சிமந்தினியும் மற்றொரு பாறையில் அமர்ந்திருந்தார்கள். நாங்கள் உற்சாகமாகப் பேசிப்பேசிப் பொழுதுபோக்கிக்கொண்டிருந்தோம்.

குளிரத் துவங்கியது. குளிர் தாங்கும்படியாகத்தான் இருந்தது என்றாலும், வடக்கிலிருந்து வீசிய காற்று எலும்புவரை ஊடுருவி வெடவெடக்க வைத்தது. சூரியாஸ்தமனத்திற்குப் பிறகு வாடைக் காற்று அடிக்கத் துவங்கியிருந்தது. எங்கள் மேல்ச் சட்டைகளையும் கழுத்துப் பட்டைகளையும் துளைத்து எங்கள் உடலில் அது ஊசி இறக்கியது. என் வயிற்றில்கூட குளிரை உணர்ந்தேன் நான். ஆனாலும் இங்கே உட்கார்ந்து கொண்டிருப்பதில்தான் என்ன ஓர் அற்புதம்!

எங்களை அறியாமலேயே நாங்கள் நால்வரும் இரு குழுக் களாகப் பிரிந்திருந்தோம். முதலில் நால்வருமே சேர்ந்துதான் பேசிக்கொண்டிருந்தோம். இப்போது பிரீத்தியும் நானும் ஒருபுறம், சுப்ரியாவும் சிமந்தினியும் மறுபுறம்.

பிரீத்தியோடு பேசிக்கொண்டிருப்பது அவ்வளவு சுவாரஸ்யமாக இருப்பதில்லை. பேச்சுக்கு இடையிடையே அவளால் நிதீஷ் பெயரை இழுக்காமல் இருக்க முடியாது. நிதீஷ் அவளைக் கட்டிக்கொள்ளப் போகிறவன். அவர்களுக்குள் ஐந்து வருஷத்துப் பழக்கம். இப்போதெல்லாம் எதற்கெடுத்தாலும்

நிதீஷ்தான் அவளுக்கு. நிதீஷ் வாசனைத் திரவியம் ஒரு பாட்டில் தந்திருக்கிறானாம். கல்யாணத்திற்குப் பிறகு நிதீஷ் அவளைக் காஷ்மீருக்குக் கூட்டிக்கொண்டு போவானாம். நிதீஷ் அவனுக்குப் பதவி உயர்வு கிடைத்தபோது 'எல்லாம் உன் அதிர்ஷ்டம்' என்றானாம். இப்படி இப்படி . . . எங்களுக்கு அவளது நிதீஷை நன்றாகத் தெரியும். அப்படியொன்றும் விசேஷமான ஆள் இல்லை அவன். ஆனால் அவள் பேசுவதைப் பார்த்தால் அவன் லட்சத்தில் ஒருவன்போலத் தோன்றும்.

இந்தப் பெண்களுக்கு அப்படி ஆண்களிடம் என்னதான் பிடிக்கிறது? எந்தப் பெண்ணிற்காவது இதற்குப் பதில் தெரியுமா? எங்கள் கல்லூரி இருபாலரும் படிக்கும் கல்லூரி என்றாலும், இந்தச் சுற்றுலாவுக்கு நாங்கள் பெண்கள் மட்டுமே ஏற்பாடு செய்து வந்தோம். ஒருமுறை பையன்களோடு சுற்றுலா சென்றபோது அவர்கள் மோசமாக நடந்துகொண்டதால், அதன்பிறகு அவர்களோடு போவதை நிறுத்திக்கொண்டோம். பையன்கள் பெண்களின் பின்னாலேயே சுற்றிச் சுற்றி வருவார்கள்; சுற்றுலாவுக்கு வந்த சந்தோஷமே இதனால் பாழாய்விடும். சுற்றுலாக்களில்தான் இப்படி என்றில்லை. கல்லூரிகளிலும் அன்றாடம் இதுதான் வாடிக்கை. பெண்களின் பார்வையில் தாங்கள் பெரிய ஹீரோக்கள் என்று காட்டிக்கொள்வதற்காக இந்த பையன்கள் செய்யும் ஒவ்வொன்றும்! சிலர் முகத்திற்குப் பவுடர்கூட போட்டுக்கொள்வார்கள். கட்டுமஸ்தான்கள் சிலர் தங்கள் தசைகளை முறுக்கி முறுக்கிக் காண்பிப்பார்கள். பெண்கள் அறையில் நாங்கள் கூடும்போது இதையெல்லாம் சொல்லிச் சொல்லிச் சிரிப்போம்.

பிரீதிக்கு நிதீஷ் பற்றிப் பேசத் தினவெடுத்துவிட்டதுபோல. திடீரென்று, "வசந்தா, உனக்குத் தெரியுமா . . ." என்றாள்.

நிதீஷ் பற்றிச் சொல்லப் போகிறாள் என்பது எனக்குப் புரிந்துவிட்டது.

நான் இடைமறித்தேன், "உனக்கு எப்போ கல்யாணம்னு சொன்னே?"

அதற்குப் பிரீத்தி, "கல்யாணமா! ஏப்ரலுக்கு முன்னால் இல்லை. ஜூனுக்குப் பிறகு இருக்கலாம். பிரமோஷன் கிடைத்த பிறகு அவருக்கு ரொம்ப வேலைப் பளு, லீவே கிடைப்பதில்லை. மானேஜர் அவரிடம் 'நிதீஷ் நீங்கள் இல்லையென்றால் ஆபிஸே ஸ்தம்பித்துப் போய்விடும்' என்கிறார்" என்றாள்.

"கல்யாணத்துக்கு அப்புறமும் நீ படிப்பியா?"

"நிச்சயமா. என் மாமனாரும் மாமியாரும் ஏற்கனவே சொல்லிட்டாங்க – மருமகளே நீ படிச்சு எவ்வளவு டிகிரி வாங்க முடியுமோ அவ்வளவு வாங்கிக்கோ. வீட்டு வேலையெல்லாம் எதுவும் செய்ய வேண்டாம். படி, அறிவைப் பெருக்கிக்கோ."

எனக்குச் சிரிப்பு வந்தது. பிரீத்தி படிப்பில் சுமார்தான். அவளால் அத்தனைப் பட்டங்கள் வாங்க முடியாது. அவள் வீட்டு வேலைகளில்தான் தன்னை ஈடுபடுத்திக்கொள்ளப் போகிறாள். வீடு, குடும்பம் என்று மூழ்கிப் போகும் அவளுக்குப் படிப்பைப் பற்றி யோசிக்கக்கூட நேரமிருக்காது.

பிரீத்தி, நிதீஷ் கதையைச் சுற்றத் துவங்கினாள். நான் நிர்மலமான நிலவொளியில் வேறொரு உலகுக்குச் சென்று கொண்டிருந்தேன். பிரீத்தி சொல்வது அவ்வப்போது துண்டுதுண்டாகக் காதில் விழும். "நிதீஷ் எவ்வளவு நேர்மையான மனிதர் தெரியுமா. அவர் சொல்கிறார் 'நீதான் என் வழிகாட்டி'னு. அவர்கள் எதையுமே கேட்கல்ல, ஏன் வாட்ச் மோதிரம் கூட. நிதீஷுக்குக் கணக்கு வழக்கே தெரியாது. நான்தான் எல்லாத்தையும் பார்த்துக்கணும்."

இதுபோலப் பேச எனக்கு ஏன் ஒருவனும் கிடைக்கவில்லை?

நாங்கள் இன்று சுற்றுலாவுக்கு வந்துகொண்டிருந்தபோது ஒரு ஜீப் எங்களைப் பின்தொடர்ந்து வந்தது. அதில் முழுக்க இளைஞர் பட்டாளம்; யாரும் வங்காளிகள் இல்லை. எங்கள் ஆசிரியைகள் அவர்களைப் பார்க்காதீர்கள் என்று சொன்னார்கள். அந்த இளைஞர்கள் இந்தித் திரைப்படப் பாடல்களை விசிலடித்துக்கொண்டு, கைகளை ஆட்டியபடி இருந்தார்கள். இந்தப் பெண்கள்தான் க்ளுக்கிளுக்கென்று சிரித்து, ஒருவருக் கொருவர் சாடை காட்டிக்கொண்டிருந்தார்கள். எனக்கு கோபம்கோபமாக வந்தது.

என் அத்தையின் பையனுக்கு ஒரு சிநேகிதன், இஞ்சினியர். எங்கள் நகரத்திற்கு அப்போதுதான் மாற்றலாகி வந்திருந்தான். ஒரு மாதத்திற்கு முன்னால் – எனக்கு அவனைச் சரியாகப் பரிச்சயம்கூட ஆகியிருக்கவில்லை – திடீரென்று என்னிடம் "நீ ஃப்ரியாக இருக்கிறாயா?" என்று கேட்டான்.

எனக்கு இந்த ஆண்களை நன்றாகத் தெரியும். அவன் கேட்ட தொனியிலிருந்தே அவன் மனதிலிருப்பது எனக்குப் பிடிபட்டுவிட்டது. "அப்படின்னா?" என்று கடுப்புடன் கேட்டேன்.

அவன் துணிச்சல்காரன். கலகலவென்று சிரித்துக்கொண்டு, "அப்படின்னா என்னன்னு நான் சொல்லணுமா? எனக்கு ஒரு சந்தர்ப்பம் கிடைக்குமா?" என்றான்.

“நான் ஃப்ரியாகத்தான் இருக்கிறேன். அப்படியேதான் தொடர்ந்து இருக்க வேண்டும் என்றும் விரும்புகிறேன்” என்றேன் நான்.

அவன் கலங்கவில்லை; சமாளித்துக்கொண்டு “நன்றி” என்றான்.

அத்தோடு அது முடிந்தது.

இரண்டு பேராசிரியர்களும் ஒரு டாக்டரும் ஒருவர்பின் ஒருவராக என்னைப் பெண்கேட்டு வந்தார்கள். என்னிடம் நேரடியாக இல்லை, அப்பா வழியாக. அப்பா அவர்களிடம் “எதற்கும் என் பெண்ணிடம் கேட்டுவிடுகிறேன்” என்று பதிலளித்தார்.

நான் அவர்களை வேண்டாமென்று சொல்லிவிட்டேன்.

இந்த ஆண்பிறவிகளை ஏன் என்னால் நம்பமுடியவில்லை என்று எனக்குப் புரியவில்லை.

கற்பாறையிலிருந்து சரிந்திறங்கி நான், “காலாற நடந்துவிட்டு வரலாம் என்றிருக்கிறேன், எனக்கு இப்படியே உட்கார்ந்து கொண்டிருக்கப் பிடிக்கவில்லை” என்றேன்.

நான் தனியாக நடந்தேன். யாரும் உடன் வரவில்லை.

ஆசிரியை மோனிகா அக்கா உரத்தக் குரலில் கூப்பிடுவது கேட்டது. “புள்ளைகளா வாங்க வாங்க. வண்டி டிரைவர் இனியும் காத்திருக்க மாட்டார். பத்துமணிக்குப் போய்ச் சேர்ந்திடணும் என்பதுதான் ஏற்பாடு.”

எல்லாவற்றிற்கும் ஏதோ சட்டதிட்டங்கள் இருக்கின்றன. நான் இந்த சுதந்திரத்திலிருந்து, இந்த விச்ராந்தியிலிருந்து, அற்புதமான நிலவொளியில் இயற்கையுடன் நான் மேற்கொண்டிருக்கும் நடையிலிருந்து என்னைப் பிய்த்தெடுத்துக் கொண்டு வீட்டுக்குத் திரும்பியாக வேண்டும். என்றேனும் ஒருநாள் மண உடையை அணிந்துகொண்டு மணப் பெண்ணின் இடத்தில் நான் அமர்ந்தாக வேண்டும் என்பதைப் போல.

ஆணுக்குப் பெண்ணும் பெண்ணுக்கு ஆணும் பரஸ்பரம் தேவையாம். எனக்கு இதில் உடன்பாடு இல்லை. ஆண் இல்லாமலேயே என்னால் வாழ முடியும் என்றுதான் எனக்குத் தோன்றுகிறது.

எனது அருந்துணையான தனிமையோடு கைக்காத்துக் கொண்டுச் சற்றுதூரம் நடந்தேன்.

அமலேஷ் பள்ளிக்குச் செல்லும் வழியில் எங்கள் வீட்டைக் கடந்து போவதுண்டு. நல்ல உயரம், ஒல்லி. கழுத்துவரை பித்தானிடப்பட்டச் சட்டை. முரட்டு வேட்டி. படிய வாரிய முடி. அந்தப் பக்கம் இந்தப் பக்கம் பார்க்காமல் நேராக விறைப்புடன் நடந்து போவான். எங்கள் வீட்டிலிருந்து மூன்று வீடு தள்ளி அவன் குடியிருந்தான். மூங்கிலால் சுவரெழுப்பித் தகரக்கூரைப் போட்ட வீடு. அவனது அப்பா ஆரம்பப்பள்ளி ஆசிரியர். அவர் சட்டை போட்டுக்கொள்வதேயில்லை. உடம்புக்கு மேலே ஒரு மெல்லிய துண்டைச் சுற்றிப் போட்டுக்கொண்டிருப்பார். அமலேஷின் அம்மா சில நேரம் எங்கள் வீட்டிற்கு அரிசியோ உப்போ, அவர்கள் வீட்டில் தட்டி வந்தால், கேட்க வருவார்கள். அவர்தான் ஒருமுறை என்னிடம் சொன்னார், அமலேஷ் பல தடவை எதுவும் சாப்பிடாமலேயே பள்ளிக்குப் போவான் என்று. வீட்டில் சில நேரம் சாப்பிடுவதற்கு எதுவுமே இருக்காது. "அவன் நல்லாப் படிக்கிறான். என்ன செய்ய அவனுக்குப் பசிக்குக்கூடக் கொடுக்க முடியல்ல. இப்படி வெற்று வயிற்றோடு எத்தனை நாள்தான் போகப்போறானோ?"

அமலேஷ் பள்ளியின் சிறந்த மாணவர்களில் ஒருவன். ஆனால் படிப்புதான் அவனுக்கு எல்லாம். புத்தகங்கள், புத்தகங்கள் மட்டுமே அவனுடைய நிரந்தரத் துணைவர்கள். கால்பந்தாட்ட மைதானத்தைக் கடந்து போகும்போது விளையாட்டு நடப்பதைத் திரும்பிக்கூடப் பார்க்க மாட்டான். சினிமா பார்ப்பதில்லை, நண்பர்களோடு அரட்டையடிப்ப தில்லை. அவன் விரும்புவதெல்லாம் தேர்வுகளில் அதிகம் மார்க் வாங்கி வகுப்பில் முதல் மாணவனாகத் தேர்ச்சிபெற வேண்டும். "நல்ல பையன்" என்றார்கள் அனைவரும். "ரொம்ப நல்ல பையன்."

அவனை என் சிறுவயது முதலே பார்த்து வருகிறேன். அதே உடை. அதே தலை வாரல். அவன் சட்டையின் கைகளை மடித்துவிட்டுக்கூட நான் பார்த்ததில்லை.

நான் அப்போது ரொம்பச் சின்னவள், ஏழோ–எட்டோ வயது. அமலேஷ் ஒன்பதாம் வகுப்பில் படித்துக்கொண்டிருந்தான். அவன் தன் வயதிற்குச் சம்பந்தமில்லாத உம்மனாம்மூஞ்சியாக இருந்தான். அவன் யார் வீட்டிற்கும் போவதில்லை. ஆனால் அவனது இரண்டு தங்கைகளும் தம்பியும் எங்கள் வீட்டில் விசேஷங்கள் நடைபெறும்போது வருவதுண்டு. அம்மா அவர்களுக்குப் பழைய உடைகளை எடுத்துக் கொடுப்பார். அவர்கள் சந்தோஷத்துடன் அதை அணிந்துகொள்வார்கள். அமலேஷ் மட்டும் வித்தியாசம். வேற்று மனிதர்களோடு அவனுக்கு ஒட்டும் உறவுமில்லை. எங்கோ வழிதவறிப்போய் இந்த உலகத்திற்கு

வந்துவிட்டவனைப்போல அவன் மொத்தமாக அலட்சியத்துடன் இருப்பான். எனக்கு ஒரு நிகழ்ச்சி நினைவிருக்கிறது. அமலேஷ் அண்ணன் தெருவழியாகச் சென்றபோது அக்கம் பக்கத்துப் பையன்கள் டென்னிஸ் பந்தை வைத்துக் கால்பந்து விளையாடிக்கொண்டிருந்தார்கள். சகதி படிந்திருந்த பந்து திடீரென்று நேராக அவனது மார்புப் பகுதியில் போய்ப் பட்டு, அவனது வெள்ளைச் சட்டையில் கறையேற்படுத்திவிட்டது. வேறு ஒருவரென்றால் எரிச்சலில் நின்றிருப்பார்கள், அவர்களைத் திட்டக்கூட செய்திருக்கலாம். ஆனால் அமலேஷ் அண்ணன் ஒரு நிமிடம் நின்று தன் சட்டையில் பட்டிருக்கும் கறையைப் பார்த்தான்; பின் அமைதியாக நடையைத் தொடர்ந்தான்.

அமலேஷ் அண்ணன் பள்ளி இறுதிவகுப்பில் மாநில அளவில் ஒன்பதாவது இடத்தைப் பெற்றபோது நான் இன்னும் குட்டைப் பாவடையில்தான் இருந்தேன். அவனது அம்மா என் அம்மாவிடம் சொல்லிக்கொண்டிருந்தார், "கல்கத்தாவிலுள்ள பெரிய பெரிய காலேஜ்கள் எல்லாம் அவனைச் சேத்துக்கக் கூப்பிடுறாங்க. எங்களுக்கு அதிர்ஷ்டமிருக்கும் என்று தோன்ற வில்லை. ரொம்ப செலவு பிடிக்கும்."

எங்கும் ஒரே பரபரப்பு. எங்களது இந்தச் சிறிய நகரத்தில் இதுபோன்ற வெற்றி சாதாரணமாகக் கிடைக்காது. அமலேஷ் அண்ணனுக்கு இரண்டு பாராட்டு விழாக்கள் நடத்தினார்கள் – ஒன்று பள்ளிக்கூடத்தில், மற்றொன்று டவுன்ஹாலில். டவுன்ஹால் விழாவில் நான் வேறு இரண்டு பெண்களுடன் சேர்ந்து வரவேற்புப் பாட்டுப் பாடினேன். அவனுக்கு மாலை அணிவித்து நெற்றியில் திலகமிடும் பொறுப்பும் எனக்குத்தான். நான் மாலையிடுவதற்காக அவன் குனிய வேண்டியிருந்தது. அவன் வெட்கம் மேலிட கண்கள் தரையைப் பார்த்தவாறே அமர்ந்திருந்தான். நான் அவன் கழுத்தில் மாலையிட்ட உடனேயே அதைக் கழற்றிக் கீழே வைத்துவிட்டான். அவன் முகத்தில் வெற்றிக் களிப்போ கர்வமோ காணப்படவில்லை. தன்னை விட்டால்போதும் என்ற பாவமே இருந்தது.

அமலேஷ் அண்ணன் கல்கத்தாவிலுள்ள கல்லூரிக்குச் செல்லவில்லை. உள்ளூர் கல்லூரி ஒன்றிலேயே சேர்ந்துவிட்டான். எங்கள் வீட்டை முன்போலவே கடந்துசெல்லத் துவங்கினான். மாற்றம் என்றால், அவன் உயரமாக வளர்ந்திருந்தான், கொஞ்சம் தாடி முளைத்திருந்தது. அடுத்தத் தேர்விலும் முதலாவதாக வந்தான். மீண்டும் பரபரப்பு.

நான் அவனது தங்கை சுமிதாவிடம் கேட்பதுண்டு, "உன் அண்ணனுக்குப் புத்தகங்களைத் தவிர வேறெதிலும் ஈடுபாடு கிடையாதா?"

“கிடையாது. அவன் கவனம் பூரா அதில்தான்.”

“உங்களோடு பேசகீசச் செய்வானா?”

“எப்பவாவது. எங்களுக்கு அவனைக் கண்டால் பயம். எங்களுக்கு அவன் சொல்லித் தரும்போது ரொம்ப நடுக்கமாக இருக்கும்.”

“அவன் உங்களைத் திட்டுவானா?”

“இல்லை. திட்டவே மாட்டான். அவனது கண்களின் பார்வை ஒன்றே போதும். அவன் அதிகம் பேசுவதில்லை. அப்படிப் பேசினாலும் அது அம்மாவிடம் மட்டும்தான்.”

எனக்கு ஏனோ அமலேஷ் அண்ணனைப் பற்றி மேலும் தெரிந்துகொள்ள வேண்டும் என்ற விருப்பம் ஏற்பட்டது. அவனது தனிமையின் பின்னால் என்ன இருக்கிறது? அவன் கோபக்காரனா, இல்லை சிலநேரம் கலகலப்பாகவும் இருப்பானா? அவன் ஒரு பொம்மலாட்ட பொம்மையா, இல்லை ரத்தமும் சதையுமுள்ள மனிதனா? நாங்கள் அவர்கள் வீட்டுக்கு அரிதாகவே போவோம். அங்கு உட்காருவதற்குக்கூட இடம் கிடையாது. யாராவது வீட்டிற்கு வந்துவிட்டால் அவர்களுக்கு என்ன செய்வது, ஏதுசெய்வது என்று தெரியாது. வந்தவர்களுக்குக் கொடுப்பதற்காக ஏதாவது வாங்கி வர – கடனுக்குத்தான் – ஓடுவார்கள்; அல்லது தேநீரில் இடுவதற்காக சர்க்கரைக் கடன்வாங்கப் போவார்கள். அவர்களின் மோசமான வறுமை வீட்டுக்கு வருபவரை நல்லமுறையில் வரவேற்க வேண்டும் என்று பதற்றம் கொள்ளச் செய்யும். இதனால்தான் அம்மா கேட்பதுண்டு, “எதுக்கு அங்க போறீங்க?”

அமலேஷின் உடன்பிறந்தவர்களான அமிர்தா, சுமிதா, அலகேஷ் இவர்களும் தங்கள் தங்கள் வகுப்புகளில் முதல் மாணவர்கள்தான். ஆனால் அமலேஷைப் போல இவர்கள் யாரும் கூச்ச சுபாவிகளோ புத்தகப்புழுக்களோ அல்ல. அலகேஷ் நல்ல ஃபுட் பால், பாட்மிண்டன் ப்ளேயர். சுமிதாவும் அமிதாவும் பாடுவார்கள், பூத்தையல் போடுவார்கள்.

நான் பருவமடையும் நிலையிலிருந்தேன். என் உடலும் மனதும் போராட்டத்திலிருந்தன. எனது முதல் மாதவிடாய் ஒரே நேரத்தில் பயத்தையும் கிளுகிளுப்பையும் தந்தது. இதுவரை அறிந்திராத புதிய ஜன்னல்கள் திடீரென்று திறந்து விடப்பட்டதுபோல இருந்தது எனக்கு. எனது உடல் பலவிதமாக, குறுகுறுப்பான விதத்தில் மாற்றம் பெற்றது. அதே போல வெளியுலகமும்.

அப்போதுதான் என் வாழ்வின் மிக முட்டாள்தனமான காரியம் ஒன்றைச் செய்தேன். அதை நினைத்தால் இப்போதும் நான் அவமானத்தால் குறுகிப்போவேன். நான் அமலேஷ் அண்ணனுக்கு ஒரு கடிதம் எழுதினேன். குற்றம் சொல்லும்படியாக அதில் எதுவுமில்லை. நான் எழுதியிருந்ததெல்லாம் இதுதான்: "உங்களைச் சந்திக்க விரும்புகிறேன். எனக்கு உங்களை ரொம்பவும் பிடித்திருக்கிறது."

எந்தப் பதிலும் வரவில்லை.

நான் என் அம்மாவை நச்சரிக்கத் துவங்கினேன். "அம்மா, அமலேஷ் அண்ணனிடம் எனக்குப் பாடம் சொல்லித்தரக் கேளுங்கள். அவன் ரொம்ப நல்லாப் படிக்கிறான்."

அம்மா எதுவும் எதிர்த்துச் சொல்லவில்லை. ஆனால் விசாரித்துவிட்டுச் சொன்னார், "அவன் யாருக்கும் சொல்லிக் கொடுப்பது இல்லையாம். ரொம்பக் கூச்சசுபாவிதான், இல்லையா?"

இத்தோடு முடிந்துபோயிருக்க வேண்டும். நானும் அமலேஷ் அண்ணனுக்கு என் கடிதம் கிடைக்கவில்லை போலிருக்கிறது என்று எண்ணிக்கொண்டேன்.

ஆனால் விஷயம் அதுவல்ல. ஒருநாள் சுமிதா என்னிடம், "என்ன விநோதம், அண்ணா உன்னைப் பற்றி என்னிடம் விசாரித்தான்" என்றாள்.

எனக்குத் தூக்கிவாரிப் போட்டது. "என்ன கேட்டார்?"

"யார் நீ, எங்கே வீடு, இப்படி?"

என் மனத்தில் சொல்ல முடியாத ஏதோ ஒரு உணர்வு. பயம், சந்தேகம், குதூகலம். அமலேஷ் என் கடிதத்தைப் பற்றி அவளிடம் சொல்லியிருப்பானோ? எனக்கு மூச்சு முட்டியது.

"வேறெதாவது சொன்னாரா?" என்று கேட்டேன்.

"நீ அண்ணாவின் எதிரில் எப்போதாவது ஏதாவது செய்தாயா? கேலி கிண்டல் ஏதாவது?"

"நான் எதற்கு அதெல்லாம் செய்யப் போகிறேன்?"

"அவன் கொஞ்சம் கோபமாக இருந்ததுபோல தோன்றியது. ஒருவேளை வசந்தா அவனிடம் மரியாதையில்லாமல் நடந்து கொண்டிருப்பாளோ என்று எண்ணினேன்."

நான் உடைந்துபோய்விட்டேன். கோபமா? எதற்காக அவன் கோபப்பட வேண்டும்? அவனோடு சிநேகிதம் வைத்துக்

கொள்ள வேண்டும் என்று ஒரு பெண் நினைத்தது அவ்வளவு தப்பா?

“ஆனால் நான் அவனிடம் ‘வசந்தா அற்புதமான பெண், படிப்பிலும் இசையிலும் சுட்டி, ஆர்ப்பாட்டமில்லாதவள். தப்பாக ஒருபோதும் நடக்காதவள்’ என்று சொன்னேன்” என்றாள் சுமிதா.

அதன்பிறகு அமலேஷ் அண்ணன் எங்கள் வீட்டுப் பக்கமாகப் போவதில்லை. சாலையைத் தொட்டுப் பெரிய வயல்வெளி இருந்தது. தூரம்தான் என்றாலும் அதுவழியாகச் செல்லத் தொடங்கினான்.

இந்த அவமானம் என் உலகை நொறுக்கிவிட்டது. எனது பருவம் என்னைச் சுற்றிப் புரியாத விஷயங்களாலான வலையைப் பின்னிக்கொண்டிருந்த நேரத்தில், நான் உருவாக்கிக்கொண்டிருந்த மாயப் பிரபஞ்சத்தில் ஆயிரம் விளக்குகள் ஒளிவிடும் தருணத்தில் இந்த மனசாட்சியே அற்றவன் செய்த அவமானம் பூத்துவரும் எனது பெண்மைக்கு வெறுப்பின் அடையாளமாகத் தோன்றியது. நான் நன்கு அறிந்திருந்த உலகம் துண்டுதுண்டாக உடைந்தது. விதவைத்துவத்தின் நீண்ட நாள் ஏக்கம் போன்ற ஒன்று இனம்புரியாத உலகிலிருந்து மெல்ல மேலெழுவதுபோலத் தோன்றியது.

வேறு பெண்ணாயிருந்தால் இதுபோல நடந்துகொண் டிருக்க மாட்டாள். இறக்கை முளைத்துப் பறக்கும் வயது இது. பருவமடைந்த காலம், ஆழமற்ற, மனம்போன போக்கில் செல்கிற காலம். பலரிலிருந்து ஒருவனைத் தேர்ந்தெடுப்பது முடியாத செயல். பெண்கள் பலரும் தாங்கள் கவனிக்கப்பட வேண்டும் என்று விரும்புவார்கள். நான் வேறு பெண்களைப் போன்றவளல்ல, நான் வசந்தா. ஒரு விநோதமான துக்கம் பொதிந்தவளாகப் பிறந்தவள்.

இப்போது யாராவது என்னிடம் “நீ அமலேஷிடம் காதல் கொண்டிருந்தாயா,” என்று கேட்டால், இதயத்தில் கைவைத்து என்னால் “ஆமாம்” என்று சொல்ல முடியாது. அப்படிச் சொன்னால் அது பொய். நான் அவனோடு ஒரு வார்த்தைகூடப் பேசியதில்லை; அவனுக்குப் பார்வை விட்டதுகூட இல்லை. அமலேஷ் அண்ணன் அழகனோ விளையாட்டு வீரனோ அல்லது துணிச்சல்காரனோ அல்ல; அவன் ஒரு நல்ல பையன், அவ்வளவுதான். நல்லவர்களாக மட்டுமே இருக்கும் பையன் களைப் பெண்கள் காதலிப்பது குறைவு. நான் அவனோடு நட்பாக இருக்க விரும்பினேன். ஏனென்று எனக்குத் தெரியவில்லை. யாருடனாவது நட்புகொள்ள வேண்டும் என்று எனக்குத் தோன்றியபோது அவன்தான் என் மனத்தில் வந்தான்.

அந்த மனிதன் என் கடிதத்திற்குப் பதில்கூடப் போட வில்லை. தான் போகும் வழியை மாற்றிக்கொண்டான். என்மீது கோபப்பட்டான். அந்த வயதில் இந்த அனுபவம் ஆண்கள்மீது ஒரு கசப்புணர்வை என்னிடம் ஏற்படுத்திவிட்டது.

அமலேஷ் கல்வி உதவித்தொகை கிடைத்துக் கல்கத்தாவிற்கு மேற்படிப்புக்காகச் சென்றான். அதற்குச் சில காலம் கழித்து வெளிநாடு சென்றான். சீர்குலைந்து போயிருந்த அவர்கள் வீடு சீரமைக்கப்பட்டது. இன்னொரு மாடியும் கட்டப்பட்டது. அதுவரை வறுமையில் வாடியிருந்த அந்தக் குடும்பத்தில் பணச் செழிப்பின் அறிகுறிகள் தென்படலாயின. சுமிதாவும் அமிதாவும் தேர்வுகளில் முதலாவதாக வராவிட்டாலும் நல்ல மதிப்பெண்களைப் பெற்றனர். அலகேஷ் அடுத்தது பள்ளி இறுதி வகுப்புக்குப் போகவேண்டும். மாவட்ட உதவித் தொகை அவனுக்கு நிச்சயம் கிடைக்கும் என்று அனைவரும் பேசிக்கொண்டார்கள். அவர்கள் குடும்பம் இப்போது எங்கள் குடும்பத்தோடு ரொம்பவும் நெருங்கி வந்துவிட்டது. அமலேஷுக்கும் எனக்குமிடையே என்ன நடந்தது என்று யாருக்கும் தெரியாது. பிறரது கவனம் படும்படியாக அப்படியெதுவும் நடக்கவுமில்லை.

ஆனால் யாரும் அறியாமல் நடந்த ஒரு சாதாரண சம்பவம் என் வாழ்க்கையையே மாற்றிவிட்டது.

o o o

நிலவொளியில் தனிமையோடு கைகோத்துக்கொண்டு நான் நீண்ட தூரம் நடந்தேன். இப்போதெல்லாம் தனிமைதான் எனக்குப் பிடிக்கிறது. துக்கத்தின் சிறுபடிவு, லேசான துயரம், கடந்தகால அவமானம் என் இதயத்தில் ஏற்படுத்திய அழுத்தம், மெல்லிய சோகம், பொறாமையின் சின்னக் குத்தல்—இவைதான் என் வாழ்வை அலங்கரித்தன. இவையெல்லாம் இல்லாதிருந்தால் வாழ்க்கை ரொம்பவும் அமைதியாக இருந்திருக்கும்.

குளிர்கால நீரோட்டம் மெல்லிய மணலை எங்கும் போர்த்தியிருந்தது. நிலவொளி கண்ணைக் கூசச் செய்வதுபோல இருந்தது. இந்த ஒளியில் குண்டூசியைக்கூட கண்டுபிடித்து விடலாம். நான் நதி வளைவு எடுக்கும் பகுதியில் நின்றேன். நதியின் மறுகரையில் ஓர் ஒற்றைக் குன்று தனித்து நின்றது. அமைதியாக, மௌனமாக, சலனமற்று. தண்ணீர் என் கால்களை நனைத்துச் சென்றது. இந்த நிலவொளியில் நீரடியிலிருக்கும் கூழாங்கற்களைக்கூட பார்க்க முடிந்தது. என்னைச் சுற்றிலுமிருந்த

வெறுமையை நோட்டமிட்ட எனக்கு இப்படித் தனியாக, எனக்காகக் காத்திருப்பவர்கள் எவருமின்றி இருப்பது எவ்வளவு நன்றாக இருக்கிறது என்று பட்டது. மிக பிரமாதம்.

ஷோபனா அக்காவின் குரல், காற்றைக் கிழித்துக் கொண்டு தேம்பலைப் போல ஒலித்தது. "வசந்தா, வசந்தா எங்கே இருக்கிறாய்? எல்லோரும் வண்டிக்கு வந்துவிட்டார்கள். சீக்கிரமாக வா."

நான் திரும்பினேன், நிலவொளியிடமும் தனிமையிடமும் ரகசியமாக விடைபெற்றுக்கொண்டு. ஆசிரியைகள் சேர்ந்து கொண்டு என்னைத் திட்டினார்கள். "உனக்குக் கொஞ்சமாவது பொறுப்பு இருக்கா? நேரம் எவ்வளவு ஆச்சுன்னு உனக்கு உறைச்சுதா? உன் ஒருத்தியால நாங்க எல்லோரும் காத்துக் கிடக்க வேண்டி வந்துவிட்டது. இந்தப் பெண்களுக்கு இப்போல்லாம் என்னதான் ஆச்சுதோ தெரியவில்லை."

தனிமையில் இருப்பது எனக்குப் பிடிக்கும் என்றாலும் பிறரோடு சேர்ந்து இருப்பதிலும் எனக்கு வெறுப்பு எதுவுமில்லை. சிரிப்பிலும் நகைச்சுவைப் பேச்சுகளிலும் உரையாடல்களிலும் நான் மூழ்கிவிடுவேன். நான் இரட்டை மனுஷி போலிருக்கிறது. புடவையை மேலே தூக்கிக்கொண்டு வண்டியில் நான் ஏறியது அங்கு கலகலப்பை உண்டாக்கியது. ஏழு ஆசிரியைகளும் ஒரு விரிப்பில் அமர்ந்திருந்தார்கள். நாங்கள் மாணவியர் சிலர் பாத்திரப் பண்டங்களுக்கிடையில் நெருக்கியடித்து அமர்ந்திருந்தோம். சிலர் வண்டியின் கூரையில் அமர்ந்திருந்தார்கள். சிலர் நின்று கொண்டு வர வேண்டியிருந்தது. உள்ளே ஒரே நெரிசலாக இருந்தது. ஆசிரியைகள் கூரையிலிருந்தவர்களை இறங்கிக் கீழே வரச் சொன்னதும் அவர்கள் இறங்கி வந்து குடங்களையும் வாளிகளையும் கவிழ்த்துப்போட்டு அவற்றின் மீது அமர்ந்தார்கள். வாளிகளில் கைப்பிடியிருந்ததால் அவை சரியாக நிற்காமல் வண்டி நகரும்போது ஆடிக்கொண்டே வந்தன. எல்லோரும் விழுந்து விழுந்து சிரித்தோம்.

சிறிதுநேரத்திற்குப் பிறகு சிரிப்பு மீண்டும் பாட்டுக்குத் தாவியது. வண்டி நகரத்தை நெருங்கிக்கொண்டிருந்தது. நிலவொளியின் பரிசுத்தப் பூமியிலிருந்து அடைசலான வீடுகள் – எங்களின் வளைகள் – நோக்கிச் சென்றுகொண்டிருந்தோம். வீடுகளைக் கட்டுவதற்கு மனிதர்கள் ஏன்தான் கற்றார்களோ? ஆதிகாலத்தில் அவர்கள் மலைகளிலும் குகைகளிலும் மரங்களின் கீழும் வசித்துவந்தார்கள். நானும் எனது ஏதோ ஒரு முற்பிறவியில் குகைவாழ்ப் பெண்ணாகக் கற்கருவியால் மிருகங்களை

வேட்டையாடி அவற்றின் இறைச்சியைச் சுட்டு உண்டு, என் மனம்போன போக்கில் மலைகளிலும் காடுகளிலும் சுற்றித் திரிந்திருப்பேன்.

பாட்டும் பேச்சும் சிரிப்புமாக நாங்கள் பாதிதூரம் கடந்திருந்தோம். பத்துமணியாகிவிடும் நகரம் போய்ச் சேர்வதற்கு; அதன்பிறகு அவரவர் வீட்டிற்குத் திரும்ப வேண்டும். ஆனால் எதுவுமே நிச்சயமில்லை. வந்தனா அக்கா தன் கடிகாரத்தைப் பார்த்துவிட்டு ஷிக்கா அக்காவிடம் 'இன்னும் ஒருமணிநேரத்தில் போய்விடலாம்' என்று சொல்லி முடிக்கவில்லை, அதற்குள் வண்டி ஒரு குலுங்கு குலுங்கியது.

இதற்கும் நாங்கள் எல்லோரும் சிரித்தோம்.

ஷோபனா அக்கா எரிச்சலடைந்து, "ஏன் எதற்கெடுத்தாலும் பல்லைப் பல்லைக் காட்டுகிறீர்கள்? வண்டிக்கு என்னாச்சு, டிரைவரிடம் கேளுங்கள்" என்றார்.

கேட்க வேண்டிய அவசியமே ஏற்படவில்லை. வண்டி சாலையின் ஓரமாக ஒதுங்கி நின்றது. டிரைவரும் கிளீனரும் வண்டியிலிருந்து இறங்கி, பானட்டைத் திறந்து, டார்ச்சின் உதவியுடன் உள்ளே நோட்டம் விட்டார்கள்.

"டிரைவர் என்னாச்சு?" என்று கேட்டார் மாதுரி அக்கா.

"வண்டி எடுக்க மாட்டேங்குது. டாங்குல மண் அடைச்சுக் கிடக்கு" என்று பதிலளித்தார் டிரைவர்.

"நாம போயிறலாம் இல்லையா."

"நிச்சயமா. இதோ பாத்துர்ரேன்."

"ரொம்ப நேரம் எடுக்குமா?"

"அஞ்சு நிமிஷம்தான்."

அஞ்சு நிமிஷம் கால்மணி நேரமானது. அப்புறம் அரைமணி நேரமாக நீண்டது.

ஆசிரியைகள் பதற்றத்துடன் எட்டி எட்டிப் பார்த்துக் கொண்டேயிருந்தார்கள். "என்னதான் பிரச்சனைனு எங்ககிட்ட சொல்லுங்களேன். இந்தப் பெண்களுக்கு நாங்கதான் பொறுப்பு. வண்டி ஓடுமா ஓடாதா?"

டிரைவர் சந்தேகத்துடன் சொன்னார், "அக்கா நாங்க முயற்சி பண்ணிக்கிட்டுதான் இருக்கோம். பம்பு இப்போ வேலை செய்யுது."

ஷோபனா அக்காவுக்குக் கோபம் பொத்துக்கொண்டு வந்துவிட்டது. "இப்படியா நீங்க பொறுப்பில்லாம இருப்பீங்க? பிரயாணம் போவதுக்கு ஒரு ஓட்ட வண்டியவா எடுத்துட்டு வருவீங்க? இப்போ நாங்க என்ன செய்யறது? இன்னமும் தூரம் கிடக்கு."

"அக்கா இதெல்லாம் மிஷின்கள். அதுகளுக்கு எப்போ என்ன நடக்கும்னு நம்மால தெரிஞ்சுக்க முடியாது. ஒரு வாரத்துக்கு முன்னாலதான இதை முழுசும் சரி பார்த்தோம்."

வண்டியில் பெரிய பிரச்சினை என்று எங்களுக்குச் சீக்கிரமே தெரிந்துபோயிற்று. நாங்கள் சிரிப்பதை நிறுத்தினோம். ஆசிரியைகள் புசுபுசுவென்று கோபத்தைக் கக்கினார்கள்.

இந்திரா அக்கா, "வண்டி கிளம்பாமல் போனாலும் நாம ஊருக்குத் திரும்பித்தான் ஆகணும். டிரைவர் ஏதாவது வண்டியை நிறுத்துங்க" என்றார்.

கிளீனர் முயற்சிசெய்து பார்த்தான். அது விடுமுறை நாள், நேரம் வேறு ஆகிவிட்டது. எனவே சாலையில் போக்குவரத்து குறைவாகவே இருந்தது. ஒரு வண்டி நிற்கத்தான் செய்தது. வண்டியில் தேநீர் பாக்கெட்டுகள் அடைத்து வைக்கப்பட்டிருந்தன. அதன் டிரைவர் இறங்கி, எங்கள் வண்டியைச் சரி செய்வதற்கு முயன்றான். சிறிது நேரத்திற்குப் பின் விட்டுவிட்டு அவன் வண்டியிலேறிப் போய்விட்டான். இன்னும் இரண்டு வண்டிகள் நிறுத்தவே இல்லை. ஒரு தனியார் கார் நின்றது, அதில் நான்கு பேர் நல்ல போதையில் இருந்தார்கள். அவர்களில் ஒருவன், "இந்தப் பொம்பளைங்கள எல்லாம் எங்கக் கடத்திட்டுப் போறீங்க? ராத்திரியோடு ராத்திரியா அபுதாபிக்கு அனுப்புறீங்களா?" என்று கேட்டான். அவர்களில் குறைவாகக் குடித்திருந்த ஒருவன், "இவங்களப் பார்த்தாலே தெரியலயா, நல்ல குடும்பத்தச் சேர்ந்தவங்கன்னு? பிக்னிக் பார்ட்டிக்குப் போய்ட்டு வராங்க" என்றான்.

மூன்றாமவன், "டிரைவர் சார், டாங்குல ஒரு அவுன்ஸ் விடுங்க, அப்புறம் பாருங்க வண்டி எப்படி பறக்குதுண்ணு" என்றான்.

அவர்கள் அதிகநேரம் அங்கு நிற்கவில்லை. எங்கள் டிரைவர் அவர்களை விரட்டிவிட்டார்.

அரைமணிநேரத்துக்குப் பிறகு டிரைவர் வண்டியைக் கிளப்ப முயற்சித்தார். டிரு டிரு என்ற சத்தம் எங்களுக்குக் கொஞ்சம் நம்பிக்கையைத் தந்தது; ஆனால் வண்டி வழிக்கு வரவில்லை.

இந்திரா அக்கா புலம்பினார், "ரொம்ப நேரமாயிடுச்சு. இப்போ என்ன பண்ணறது." டிரைவர் சங்கோஜத்துடன், "பாட்டரி இறங்கிவிட்டது" என்றார்.

ஷோபனா அக்கா "என்ன செய்யணும் இப்போ?" என்று கேட்டார்.

"கொஞ்சம் தள்ளணும்."

"யாரு தள்ளுவா?"

"நீங்க அக்காமாருங்க கொஞ்சம் உதவி பண்ண மாட்டீங் களா? ரொம்ப இல்ல, கொஞ்சமா தள்ளினா போதும்."

இதைக் கேட்டதும் நாங்கள் எல்லோரும் உதவ முன்வந்தோம். நாங்க ஏன் வண்டியைத் தள்ளக்கூடாது? எங்களுக்கு முடியாதா என்ன? மத்தியானம்தான் மட்டன் கறியை உள்ளுக்குத் தள்ளியிருக்கிறோமே? எல்லோரும் கீழே குதித்தோம். ஆசிரியைகள் கத்தினார்கள், "பாத்துப் பாத்து! வண்டி திடீர்னு கிளம்பிட்டா என்ன பண்ணுவீங்க? இது பெண் குட்டிங்க செய்ற வேலை இல்ல."

வண்டி ஒரு வீட்டைப் போல இருந்தது. நாங்கள் எல்லோரும் சேர்ந்து தள்ளியும் அது ஒரு இஞ்சு கூட நகரவில்லை.

வண்டியின் உள்ளேயிருந்து ஷிக்கா அக்கா சொன்னார், "பொறுங்க, பொறுங்க. நாங்களும் கீழே இறங்கிக்கிறோம். அப்பறம் எல்லோரும் சேர்ந்து தள்ளுவோம். சிரிக்கிறத நிறுத்துங்க. சிரிச்சுக்கிட்டே இருந்தா வண்டிய தள்ளற சக்தி எங்கிருந்து வரும்?"

இது எங்களுக்கு இன்னும் சிரிப்பை வரவழைத்தது.

ஆசிரியைகள் வண்டியிலிருந்து இறங்கினார்கள். இந்திரா அக்கா சொன்னார், "வேலைக்காரங்க வேலைசெய்றபோது நீங்க பாத்ததில்லையா? ரயில் பாதையில கட்டைகளைத் தூக்கிவைக்கும்போது ஐலசா , ஐலசான்னு சத்தம் கொடுத்துக் கிட்டே செய்வாங்க. நாமும் அத மாதிரி ஏதாவது சத்தம் கொடுக்கணும்" அவர் திரைப்படப் பாடல் ஒன்றைப் பாடத் துவங்கினார். "கயித்தைக் கட்டு, இழுத்துப் பிடி, இழு இழு ஐலசா, இழு இழு ஐலசா."

எங்களுக்குச் சிரிப்பை அடக்க முடியவில்லை.

"நாம இழுக்கக்கூடாது, தள்ளணும் அக்கா" என்றாள் சுக்லா.

"எல்லாம் ஒண்ணுதான்."

உண்மைதான். நாங்கள் சிரித்துக்கொண்டே இருந்ததால் தள்ளுவதற்கு எங்களிடம் வலு இல்லை. வண்டிக்கு நாங்கள் தள்ளுகிறோம் என்ற உணர்ச்சியே இல்லை.

ஒருவழியாக எங்கள் சிரிப்பு நின்றது. வண்டி மெல்ல மெல்ல நகரத் துவங்கியது, டிரைவர் ஸ்டார்ட் செய்யும்போதெல்லாம் அதிர்ந்தது.

ட்ரூம் . . . ட்ரூம் . . ட் . ரூ . . . ம். ஆச்சரியமாக வண்டிக்குத் திடீரென்று உயிர் வந்துவிட்டது. நாங்கள் சந்தோஷத்தில் ஓவென்று கத்தினோம்.

பயணம் மீண்டும் துவங்கி வண்டி ஒரு காட்டின் வழியே சென்றுகொண்டிருந்தது. வண்டியின் ஒரு மூலையில் நிலையில்லாமல் உட்கார்ந்திருந்த நான் மீண்டும் சோகத்தில் மூழ்கினேன். நாங்கள் திரும்பிக்கொண்டிருக்கிறோம். எதற்காகத் திரும்பிச் செல்ல வேண்டும்?

பிரீத்தி இதற்கிடையில் எப்போது என் அருகில் வந்து அமர்ந்தாள் என்று எனக்குத் தெரியவில்லை. கண்ணில் நீர்மல்க, என்னிடம் "வசந்தா, என் இடது கம்மல் எங்கேயோ விழுந்துவிட்டது. எங்கே விழுந்திருக்கும்?" என்று கேட்டாள்.

"எனக்கு எப்படித் தெரியும்?"

"திருகு கழன்றிருந்தது. வண்டியைத் தள்ளும்போது விழுந்திருக்க வேண்டும். இப்போ என்ன செய்வது?"

"இதற்குப் போய் ஏன் துக்கப்பட்டுக்கொண்டிருக்கிறாய்?" என்று கேட்டேன் நான். "எவ்வளவு அற்புதமான பிக்னிக், எவ்வளவு பிரமாண்டமான நிலவு, இவற்றிற்காக உன் கம்மலைத் தியாகம் செய்ததில் ஒன்றும் தப்பில்லை."

"நீ ஒரு விநோத பிறவி. அம்மா என்னைத் திட்டித் தொலைத்துவிடுவார்."

"திட்டட்டும். உன் நிதிஷ்தான் உனக்கு நிறைய நகைகளைத் தரப்போறானே?"

பிரீத்தி கோபத்துடன், "ஆமாம், அவன் எவ்வளவு தருவான்னு எனக்கு நல்லாவே தெரியும். இப்போ அம்மாவுக்கு என்ன பதில் சொல்ல?" என்றாள்.

தொலைந்துபோன அந்த ஒரு கம்மல் பிரீத்திக்கு இந்த இரவையும் நிலவையும் அந்தி நேரத்தின் அளப்பரிய

செழுமையையும் அர்த்தமற்றதாகச் செய்துவிட்டது. அவள் சோகத்தில் ஆழ்ந்துவிட்டாள். பிரீத்தி போன்ற பெண்களுக்கு இவையெல்லாம் ஒரு பொருட்டல்ல. அவர்களுக்கு வேண்டிய தெல்லாம் அடைசலான அறைகள், கணவன்மார்கள், குடும்பத்தார்கள், பரபரப்பான ஒரு வீடு. ஆனால் எனக்கு? தெரியவில்லை. எனக்கு அவளிடம் இரக்கம் தோன்றியது. அவள் செய்வதறியாமல் திகைத்துக்கொண்டிருந்தாள். "உன்னால் கம்மல் தொலைந்துபோகவில்லை என்றிருக்க முடியாதா?" என்று கேட்டேன் நான்.

"அப்படி எப்படியிருக்க முடியுமா? அது சாத்தியமா?"

"ஏன் சாத்தியமில்லை. அந்தக் கம்மல் அது விழுந்த இடத்திலேதானே இருக்கும்?"

"ஆமாம்."

"அப்படியானால் அது எங்கோ இருக்கிறதுதானே. நீயாகவே அதை அங்கே விட்டுவிட்டு வந்திருக்கிறாய் என்று வைத்துக்கொள்ளேன்."

"அபத்தம். நீ சொல்வது உனக்குத்தான் புரியும்."

வீட்டிற்கு வந்ததும் கிடைத்த கொஞ்சம் ஏச்சையும் பேச்சையும் வாங்கிக்கொண்டு படுக்கைக்குத் திரும்பினேன். ரொம்ப நேரம் கழித்துதான் என்னால் உறங்க முடியும். நான் போதை ஏறிப் போயிருந்தேன். இன்று எனது சிறிய பெட்டி இன்பத்தால் நிரம்பி வழிந்துகொண்டிருக்கிறது. என்னால் அதனை மூட முடியாது. எப்படி நான் உறங்குவேன்? பாக்கெட்டி லிருக்கும் சீனி முழுவதையும் அம்மா ஒரு டப்பாக்குள் நிரப்ப முயல்வது போலத்தான் இதுவும். அவள் குலுக்கிக் குலுக்கி அதை அமர்த்தப் பார்க்கிறாள். ஆனாலும் அது நிரம்பி வழிகிறது. கஷ்டமாகத்தான் இருக்கும். அது போலத்தான் என் நிலைமையும்.

பிரீத்தி ஒரு காது கம்மலைத் தொலைத்துவிட்டாள். ஆனால் நான்? நான் எனது மொத்த வாழ்வையும் அந்த நிலவொளி பரந்த, தனிமை தங்கிய பிரதேசத்தில் விட்டுவிட்டு வந்திருக்கிறேன். இப்போதும் நான் அங்கேயே சுற்றிக்கொண் டிருப்பது போலவே ஓர் உணர்ச்சி. காற்றில் பறக்கும் கூந்தல், நிதானமான நடை, தொண்டையில் ஒரு பாடல். பிரமாண்டமான நிலவு எங்கும் தெளித்திருக்கும் பொன் துகள்கள். நதியில் நீரலைகள் கூழாங்கற்களில் மோதிச் சிதறும் மெளன ஒலி. ஆழமான, ஊடுருவ முடியாத கனவைப் போல அத்தனை அழகு.

நான் இறந்தபிறகு நிச்சயம் ஒரு பேயாகத்தான் இருப்பேன். இந்த உலகிலுள்ள மனிதர்களற்ற மலைகள், காடுகள், கடற்கரை களில் சஞ்சரிப்பேன். புயல் வெடிக்கும்போது நான் பெரும் சிரிப்பு சிரிப்பேன். மழையில் கொட்டக்கொட்ட நனைவேன். நான் மீண்டும் ஒரு பெண்ணாக ஒருபோதும் பிறக்கமாட்டேன்.

சட்டென்று அந்தப் பின்னிரவில், சட்டர்ஜி வீட்டில் திருமணமாகியிருந்த பைத்தியக்காரப் பெண்ணின் நாராசமானப் பாட்டு கேட்டது. *பணத்தச் சேர்த்துக்கோ, சேர்க்க முடிஞ்ச அளவு சேர்த்துக்கோ. தேன் சேர்த்துக்காதே, வேலைக்குப் போகாதே, பணத்தச் சேர்த்துக்கோ, பணத்தச் சேர்த்துக்கோ.*

என்னால் படுக்கையில் கிடக்க முடியவில்லை. அவளுக்காக என் இதயம் ரத்தம் சிந்தியது. அவளது அறை என் அறை ஜன்னலுக்கு நேரெதிராகச் சில தப்படித் தொலைவில் இருந்தது. ஸ்ரீமயி சில வருடங்களுக்கு முன்பு அந்தக் குடும்பத்திற்கு மணமாகி வந்தபோது, அவளுக்கு அங்கு இடுப்பொடிய வேலை இருக்கும் என்று எல்லோரும் எதிர்பார்த்தார்கள். இந்த சட்டர்ஜிகள் கஞ்சப் பிரபுக்கள். கஞ்சத்தனம் அவர்கள் குடும்ப ரத்தத்தில் ஊறியது. தாத்தா கஞ்சன், அப்பா கஞ்சன், மகனும் கஞ்சன். சாரு சட்டர்ஜி வழக்கறிஞராக இருந்தார். அவரிடம் கேஸ் கொடுக்க வருபவர்கள் பீஸ் கொடுத்தால் மட்டும் போதாது. அவர்கள் வீட்டுத் தோட்டத்தில் என்னவெல்லாம் விளை கிறதோ அவற்றை எல்லாம் கொடுக்க வேண்டும். வீட்டுக்குப் போய்கூட அள்ளிக்கொண்டு வந்துவிடுவார். சாரு சட்டர்ஜிக்கு நல்ல வருமானம் வந்துகொண்டிருந்தது. அவர் பையன் சுமித் ஓர் அரசாங்க அதிகாரி. கஞ்சித் தண்ணீர், காய்கறித் தோல், கோதுமைத் தவிடு எதையும் அவர்கள் தூரப் போடுவதில்லை. புதிதாக வந்த மருமகளால் இவர்களின் கஞ்சத்தனத்தைத் தாங்க முடியவில்லை. பிரசவத்தின்போது அவளுக்கு மனம் பிசகிவிட்டது. குழந்தை பெரியதாக இருந்ததால் சாதாரணமாகப் பிரசவிப்பது கஷ்டமாகிவிட்டது. பிரசவம் பார்க்க வந்த தாதி பயந்துபோய் ஆஸ்பத்திரிக்குக் கொண்டுபோய் சிஸேரியன் செய்யச் சொல்லிச் சொன்னாள். ஒருவழியாக பெண்ணை ஆஸ்பத்திரிக்கு எடுத்துச் சென்றார்கள். ஆனால் அங்கே இடமில்லை. இந்த நகரத்தில் நிறைய தனியார் மருத்துவமனைகள் இருந்தன. ஆனால் சட்டர்ஜிகள் அங்கெல்லாம் அழைத்துப் போக முயலவில்லை. ஸ்ரீமயி ஆஸ்பத்திரி வராந்தாவிலேயே செத்துப் போகும் நிலைக்கு வந்துவிட்டாள். கடைசியாக, காலையில் நோயாளிகளைப் பார்ப்பதற்காக வந்த ஓர் இளம் மருத்துவர் அவள் நிலைமையைப் பார்த்து சிஸேரியனுக்கு ஏற்பாடு செய்தார். குழந்தை பிழைக்கவில்லை. ஸ்ரீமயி பிழைத்துவிட்டாள்.

ஆனால் மாமனார், கணவன் இருவரின் கஞ்சத்தனமும் குழந்தையின் மரணமும் அவளை நிலைகுலைத்துவிட்டன. இப்போது அவள் செய்வதெல்லாம் சிரிப்பதும் அழுவதும் பாடுவதும்தான். ஆனால் வீட்டு வேலைகளையும் செய்வாள்.

ஜன்னலைத் திறந்து அவர்கள் வீட்டை நோக்கினேன். எனக்கு எதிரே இருந்த ஜன்னலும் திறந்திருந்தது. குளிரடித்தபோதும் ஸ்ரீமயி அங்கேயே தலைவிரிகோலமாக நின்றுகொண்டிருந்தாள். ஒரு விதவைத் தாய்க்கு ஒற்றைக்கு ஒரு மகள் அவள். அவளது திருமணத்திற்கு அவள் மாமாக்கள் – அம்மாவின் சகோதரர்கள் – சல்லி பைசா கொடுக்கவில்லை. ஸ்ரீமயியின் அம்மா இரண்டு ஆண்டுகளுக்கு முன்னால் இறந்துவிட்டார். ஸ்ரீமயிக்கு இப்போது அவளுக்கென்று சொல்லிக்கொள்ள எந்த வீடுமில்லை. அவள் எரிந்துகொண்டிருக்கிறாள். அவள் மடிந்துகொண்டிருக்கிறாள்.

சில சமயம் நான் ஜன்னல் வழியாகக் கத்துவேன், “ஸ்ரீமயி, அந்த வீட்டைக் கொளுத்திப் போட முடியாதா உனக்கு? கொஞ்சம் மண்ணெண்ணெய்யை விட்டுத் தீ பற்றவை. எல்லோரும் செத்தொழியட்டும்.”

அம்மா இதைக் கேட்டு என்னைத் திட்டினார். சட்டர்ஜிகளுக்கு என்மீது கடும் கோபம். கோபப்பட்டால் படட்டும். எனக்குக் கவலையில்லை. ஸ்ரீமயி செய்யவில்லை என்றால் ஒருநாள் நானே அந்த வீட்டைக் கொளுத்தப் போகிறேன்.

“ஸ்ரீமயி” நான் மெதுவாக அழைத்தேன். அவள் பாடுவதை நிறுத்தினாள். சிறிதுநேரம் அமைதியாக இருந்துவிட்டு “என்ன?” என்றாள்.

“நீ போய்ப் படுக்கக்கூடாதா? யாராவது இந்த நேரத்துல பாடுவாங்களா?”

“இன்னக்கி நிலவு எவ்வளவு நல்லா இருக்கு?” என்றாள் ஸ்ரீமயி.

“உனக்கு நிலவைப் பிடிக்குமா?”

“இல்லை. எனக்கு எதுவுமே பிடிக்காது. எனக்கு அழணும்போலத்தான் இருக்கு.”

“போய், படு.”

“நான் ஒரு தேவதையா மாறி இன்னிக்கு ராத்திரி பறந்து போயிரப் போறேன்.”

“எங்கே பறந்து போவே.”

“உயரே உயரே. நீ விமானத்தில போயிருக்கியா?”

“இல்லை.”

"அது எப்படியிருக்கும்?"

"தெரியாது?"

"பயமாக இருக்குமோ."

"ரொம்ப பயமா இருக்கும். இப்போ படுக்கப் போ."

"போக மாட்டேன். எப்படியிருக்கு நிலவு?"

ஸ்ரீமயி பாட ஆரம்பித்துவிட்டாள். *பணத்த சேர்த்துக்கோ.*

நான் தாழ்ந்த குரலில் "ஸ்ரீமயி" என்றழைத்தேன்.

"என்ன?"

"உனக்கு வேற பாட்டே தெரியாதா?"

"தெரியுமே."

"என்ன பாட்டு?"

"ஞாபகமில்ல."

"இந்தப் பாட்டு கொடூரமா இருக்கு. ஒரு நல்ல பாட்டைப் பாடேன். நிலவின் புன்னகைப் பத்தின பாட்டு உனக்குத் தெரியும்தானே?"

"தெரியாது."

"நான் உனக்குச் சொல்லித் தரேன்."

"நான் கத்துக்க மாட்டேன்."

"இந்தப் பாட்டை மட்டும் பாடாதே! தாங்க முடியல்ல."

"இந்தப் பாட்ட மட்டும்தான் நான் பாடுவேன்."

"பணத்தைச் சேர்த்து வை, பணத்தைச் சேர்த்துவைன்னு எப்போதும் உங்கிட்ட சொல்லிக்கிட்டு இருப்பாங்களோ?"

"பணம் ரொம்ப முக்கியம்."

நான் பெருமூச்சுடன் ஜன்னலை அடைத்தேன். பாத்ரூமுக்குச் சென்று முகத்தில் சற்றுத் தண்ணீர் தெளித்துக்கொண்டு திருமணமே செய்துகொள்ளக் கூடாது என்று தீர்மானித்துக் கொண்டேன். கூடவே கூடாது. அதற்குச் செத்துப் போகலாம். பேயாக ஆகிவிட்டால் நான் பள்ளத்தாக்குகளுக்கும் மலைகளுக்கும் காடுகளுக்கும் நதிகளுக்கும் போகலாம், காற்றில் கூந்தல் தவழ பாட்டு பாடிக்கொண்டே . . .

சோமலதா

"கருவாட்டுக்கறி செய்கிறாயா? வாசனை பிரமாதம்."

"இல்லையே. நாங்கள் கருவாடு சாப்பிடுவது இல்லை."

"ஆமாம், இவ பெரிய விக்டோரியா மகாராணி! கருவாடு சாப்பிடமாட்டா. சாப்பிட்டா என்ன? வத்தலும் வெங்காயமும் பூண்டும் போட்டு காரமா, மசாலா தூக்கலா. ஏன் நீ சாப்பிடமாட்டே?"

"வாடையடிக்கும்."

"சீ, வாடையடிக்குமாம் வாடை! அப்படியானா இப்போ எங்கேயிருந்து வருது இந்த வாசனை?"

"பக்கத்து வீட்டிலிருந்து இருக்கலாம்."

"அவங்களால சாப்பிட முடியுமானா உனக்கு என்ன? எதற்காக இப்படி பந்தா காண்பிக்கிறே?"

"உங்களுக்கு அதன் வாசனை பிடிக்குமா?"

"நான் ஒரு விதவை, ஞாபகம் வைச்சுக்கோ! அதைப் பிடிக்கும்னு எப்படிச் சொல்ல முடியும்? அது பாவம்! இப்ப நீ என்ன பண்ணிக்கிட்டிருக்க?"

"மீன்."

"மீன்ல."

"முட்டைக் கோஸ் போட்டு கறி."

"என்ன மசாலா?"

சீர்ஷேந்து முகோபாத்யாய்

"மீனுக்கு மசாலா போடறதில்ல நாங்க."

"ஆமா ரொம்ப சமையல் தெரியும் பாரு உனக்கு ? சீரகம், தனியா, வெந்தயம், உளுத்தம்பருப்பு, கடலைப் பருப்பு சேர்த்து அரைச்ச மசாலா சேர்க்கணும்."

"சரி."

"அப்புறம் கொஞ்சம் எண்ணெய், கொஞ்சம் சீனி, கொஞ்சம் சோடா உப்பு சேர்க்கணும். அப்புறம் பாரு ருசி எப்படியிருக்கின்னு."

"சரி."

"எவ்வளவு மீன் சாப்பிட முடியுமோ அவ்வளவும் சாப்பிடு. இரண்டு மாசம்தான் இருக்கு."

என் நெஞ்சு படபடத்தது. அத்தையம்மா சமையலறையின் திறந்திருந்த வாசலுக்கு அந்தப் பக்கம் நின்றிருந்தார். அங்கு ஒரே இருட்டாக இருந்தது. அவரது வெள்ளைப் புடவை மட்டுமே தெரிந்தது. அவர் இருந்த திசையைப் பார்த்து நான் கேட்டேன், "அப்படி ஏன் சொல்றீங்க?"

"நீ விதவையாகப் போற, அதனாலத்தான்."

என் கண்களில் கண்ணீர் பொங்கியது. என் இதயத்தில் அலைகள் மோதின. "ஏன் அத்தை அப்படி நடக்கணும்" என்று கேட்டேன்.

"ஏன் நடக்கக்கூடாது? நான் ஒருத்திதான் கஷ்டப்படணுமா? நீயும் தான் படலாமே?"

"நான் உங்களுக்கு அப்படி என்ன செஞ்சிட்டேன் அத்தையம்மா? ஏதாவது பாவ காரியம் செஞ்சிட்டேனா?"

"நான்தான் என்ன பாவம் செஞ்சேன்? நீ உண்டாயிருக்கியா?"

"தெரியாது."

"நீ உண்டாயிருந்தா உன் வயித்துல உள்ளது செத்துப்போகும். குழந்தக்கு அவசியமில்ல. உன் வீட்டுக்காரனோடு படுக்காதே. தனியா கிட."

நான் பயத்தால் நடுங்கினேன். வெள்ளைப் புடவை மறைந்துவிட்டது. அடுப்பைப் பார்க்காததால் மீன்கறி தீய்ந்து போய்விட்டது. யாரும் சாப்பிட மாட்டார்கள்.

அன்று இரவு என் கணவரிடம் கேட்டேன், "தங்களுக்குப் பேய் பிசாசுல நம்பிக்கை உண்டா?"

அவர் ஆச்சரியத்துடன், "இதத்தான் அன்னைக்கும் கேட்டே. எதுக்கு?" என்றார்.

"சொல்லுங்க."

"கிடையாது. எனக்கு நம்பிக்கை கிடையாது. பேய்னு ஒண்ணு கிடையவே கிடையாது. உனக்குப் பேய்னா பயமா?"

"சொல்லத் தெரியல. பயப்படுவேன்னு தோணுது."

"நீ தைரியசாலியான பொண்ணு. எதுக்காக இந்த விபரீத பயம் எல்லாம்?"

"அத பயம்னு சொல்ல முடியாது. அது என்னென்னு என்னால சொல்ல முடியல்ல."

என்னை ஆரத்தழுவிக்கொண்டு அவர், "பயப்படுவதுக்கு எதுவுமில்லை" என்றார்.

அன்றிரவு நாங்கள் மிகுந்த சந்தோஷத்துடன் இணைந்தோம். பின்னர் அவர் தூங்கிவிட்டார். நான்தான் பதற்றத்தில் புரண்டு புரண்டு படுத்துக்கொண்டிருந்தேன்.

அத்தையம்மா எப்போ வருவார் என்று சொல்ல முடியாது. வழக்கமாக நான் இரவு நேரச் சமையல்செய்துகொண் டிருக்கும்போது வந்து என்னிடம் தப்புத் தப்பாகச் சமையல் செய்யச் சொல்லித் தருவார். மீன் கறியிலும் மட்டன் கறியிலும் கொத்தாக முடியோ சாம்பலோ அல்லது இறந்த பல்லிகளோ கிடக்கும். ஒருமுறை மெத்தையில் எறும்பாக இருப்பதைப் பார்த்து அதைத் தட்டிப்போட எடுக்கையில் அதன் கீழே சீனி தூவப்பட்டிருப்பதைக் கண்டேன்.

ஒருநாள் அவரிடமே கேட்டுவிட்டேன், "எதற்காக இப்படியெல்லாம் செய்றீங்க அத்தையம்மா?"

"ஏன் செய்யக்கூடாது? எனக்கு என்ன சந்தோஷம் இங்க கிடைச்சுது?"

"நீங்கதான் இந்த வீட்டின் எஜமானியாக இருந்தீங்க என்று கேள்விப்பட்டேனே?"

"மண்ணாங்கட்டி. எங்கிட்ட நகைப்பெட்டி இருந்ததினால எனக்கு மரியாதை கொடுத்தாங்க. தங்கம் இருக்கப் போய் என்ன வீட்ல வைச்சுக்கிட்டாங்க. இல்லேன்னா எப்பமோ என்ன துரத்தி விட்டிருப்பாங்க."

"அத்தையம்மா இப்ப உங்களுக்கு என்ன வேணும்?"

சீர்ஷேந்து முகோபாத்யாய்

"உன் புருஷன் சாகணும், உனக்குக் குழந்தை பிறக்கக்கூடாது, நீ விதவையாப் போகணும். இதுதான் எனக்கு வேணும். அப்பறம் நீயும் சாகணும். ஒவ்வொருத்தரும் சாகணும். இந்த உலகமே அழியணும். வீடுகள் எல்லாம் தீப்புடிச்சிச் சாம்பலாப் போணும்."

"ஐயோ!"

"ஓ, உனக்குக் கேட்கப் பிடிக்கல்ல, இல்ல? செத்துப்போ, அதிலென்ன தப்பு? என்னை மாதிரி நீ ஆனாத்தான் உனக்குத் தெரியும், இந்த உலகம் சாம்பலாப்போனாதான் சந்தோஷம்னு."

என் கணவர் இரண்டு மாதங்களுக்குப்பின் இறந்து போய்விட வில்லை.

ஒருநாள் அத்தையம்மா எங்கோ மறைந்திருந்துகொண்டு கேட்டார், "எப்படியிருந்தது எல்லாம்?"

"என்னது எப்படியிருந்தது?" என்று கேட்டேன் நான்.

அத்தையம்மா வெட்கப்பட்டது போலச் சொன்னார், "புரியாத மாதிரி நடிக்காதே. எல்லாம் உன் புருஷனோடு நீ செஞ்சதுதான், வேறென்ன?"

"வெட்கமில்லையா உங்களுக்கு அத்தையம்மா?"

"ஆமா பெரிய தொட்டாச்சிணுங்கி இவ. அப்படிக் கேட்டது என்ன கொலைக் குத்தமா? ஏழுவயதுல கல்யாணம், பன்னெண்டு வயதுல விதவகோலம். என்ன நடந்ததுண்ணு தெரிஞ்சுக்கற வயசுகூடஇல்ல அது. என் உடம்பு தன்னைப் பத்திப் புரிஞ்சுக்கிற சமயத்தில என்னை மொட்டையடிச்சு ஒரே ஒருவேளை சோத்தைப் போட்டு, ஏகாதசி விரதம் பிடிக்க வைச்சுட்டாங்க. நான் என்னவெல்லாம் கஷ்டப்பட்டேன்னு உனக்கு எப்படித் தெரியும்? இப்போ சொல்லு அது எப்படியிருந்தது."

"நல்லாத்தான் இருந்தது."

"நாசமாப் போக. வேசி. நல்லா இருக்கும்ணு எல்லோருக்கும்தான் தெரியும். விவரமாச் சொல்லு."

"கூச்சமாக இருக்கு அத்தையம்மா."

"அப்போ செத்தொழி. சாவு சாவு சாவு சாவு. இப்போதே செத்தொழி."

"ஐயய்யோ! எப்படி உங்களால இப்படியெல்லாம் பேச முடியுது?"

"அப்படித்தான் பேசுவேன்."

வீட்டு நிலைமை மோசமாகப் போய்க்கொண்டிருந்தது. பணம் கரைந்துகொண்டே வந்தது. செலவு ஏறிக் கொண்டேயிருந்தது. ஒரு நாள் என் கணவர் என்னிடம், "நீ சொன்னது சரிதான். நாம ஏதாவது செய்தாகணும். என்ன செய்யலாம்?" என்றார்.

"ஒரு கடை ஆரம்பிச்சா என்ன?"

"இவ்வளவு நாள் இப்படி வாழ்ந்திட்டு இப்ப போயி வியாபாரம் பண்ணினா?"

"அதிலென்ன தப்பு? அவசரத்துக்கு எல்லாம் அவசியம்தான்."

"பணத்துக்கு எங்க போகிறது?"

"என்கிட்ட கல்யாணத்துக்கு போட்ட நகை நெறைய இருக்கு. எல்லாம் உங்கக் குடும்பத்துல இருந்து வந்ததுதான். அத்தையம்மா எனக்குத் தந்த நெக்லஸே பத்து பவுன் தேறும். எங்கிட்ட ஒரு ஜோடி வளையல் இருக்கு. அஞ்சு பவுனுக்குக் குறையாது. ஒரு வைர மோதிரமும் இருக்கு."

"என்ன சொல்ற நீ! இதெல்லாத்தையும் வித்து நான் உங்கிட்ட பணமாத் தரணுமா?"

"இல்ல. தாங்கள் ஏன் விக்கப் போகணும்? நான் வித்து தங்களிடம் காசத் தறேன்."

"இப்படி எல்லாத்தையும் வித்திட்டா உங்கிட்ட என்னதான் இருக்கும்?"

"எனக்குன்னு தாங்கள் இருப்பீங்களே!"

அன்று இரவு அத்தையம்மா தோன்றினார்.

"நான் கொடுத்த நெக்லஸ வித்திட்டே இல்ல."

"ஆமாம், அத்தையம்மா."

"என்ன தைரியம் உனக்கு? குஷ்டம் வந்துதான் நீ சாவே."

"நான் சாக விரும்பாததனாலதான் அத வித்தேன்."

"பெரிய மருமகள என்ன கதியாக்கினேன்னு உனக்குத் தெரியும்தானே?"

"தெரியும்."

"உன்னயும் அப்படியே கவனிக்கணுமா நான்?"

"வேண்டாம். அத்தையம்மா. என்ன மன்னிச்சிருங்க. எங்களுக்கு வேற வழி தெரியல்ல. வேற வழியிருந்திருந்தா யாரும் நகையை விக்க மாட்டாங்க."

“நீ மட்டமானவ, எதுக்கும் துணிஞ்சவா. உன்ன ஏன் விட்டிருக்கேன்னா நீ கல்யாணமாகப் போறவ.”

“கல்யாணமாகப் போறவளா? என்ன சொல்றீங்க?”

“நான் மட்டும் சின்ன வயதுல விதவயா ஆகியிருக்கலன்னா, கணவன்மாரோடு எப்படி நடந்துக்கணும்னு எல்லோருக்கும் காண்பிச்சுக் கொடுத்திருப்பேன். ஆனால் அந்தப் படுபாவி கல்யாண சமயத்திலேயே பாதிக்கிழடு. போதாக் குறைக்கு நுரையீரல் வேற கெட்டுப்போயிடுச்சு. செத்தான்.”

“அவர் உயிரோடிருந்திருந்தா என்ன செஞ்சிருப்பீங்க.”

அத்தையம்மா வெட்கத்துடன் சொன்னார், “என்னவெல்லாமோ. அவ்வளவு அன்பைக் கொட்டியிருப்பேன், உன்ன மாதிரி. அவரை எப்போதும் கண்ணும் கருத்துமாப் பார்த்திட்டிருந்திருப்பேன்.”

நான் புன்முறுவல் பூத்தேன்.

“எனக்குக் கல்யாணம் ஆகும்போது பவுனு இருபது ரூபா. இப்போ என்ன வில?”

“ஆயிரம் ரூபா.”

“என்ன! நீ ஒரு மாய்மாலக்காரிதான். இவ்வளவு பணத்தையும் நீ முழுங்கப்போறியா? தங்கம்னாலே சாபக்கேடுன்னு உனக்குத் தெரியுமா? நீ தொடங்கப் போற கடை மண்ணாப் போகும். இந்தக் குடும்பத்து ஆள நீ எப்படி வியாபாரியா ஆக்கலாம்? நரகத்தில நரகல்லதான் நீ விழப்போற. கேட்டுக்கோ, உனக்குக் குழந்த செத்துதான் பிறக்கும்.”

என் நெஞ்சம் படபடத்தது.

என் கணவர் சில ஆயிரம் ரூபாய்களை வைத்துதான் ஒரு கடையைத் துவங்கினார். கடைமராமத்துக்கே நிறையப் பணம் செலவாகிவிட்டது. சாமான்கள் வாங்கக்கூட அதிகப் பணமில்லை. கைமாற்று வாங்கி ஏதோ கடை ஓடிக்கொண்டிருந்தது. ஆனால் அவருக்கு அனுபவம் போதாது. ஜமீன் பரம்பரையிலிருந்து வந்ததால் வாங்க வரும் ஆட்களிடம் பணிந்து பேசுவது அவருக்குக் கௌரவக் குறைச்சலாகத் தோன்றியது. எல்லாவற்றுக்கும் மேலாக அவருக்குத் தெரிந்தவர்களும் நண்பர்களும் கடனுக்கு வேறு வாங்கிக்கொண்டு போனார்கள். உதவிக்கு வைத்திருந்த ஆளோ கொஞ்சம் பணத்தையும் பட்டுப்புடவைகளையும் சுருட்டிக்கொண்டு கம்பி நீட்டிவிட்டான்.

மனமுடைந்து போய் என்னிடம் அவர், “இது ரொம்ப நாள் ஓடாது. நான் தோத்துருவேன்” என்றார்.

ஆனால் நான் நம்பிக்கை இழக்கவில்லை. என்ன பிரச்சினை வந்தாலும் வரட்டும். எவ்வளவு நஷ்டம் ஆனாலும் ஆகட்டும். என்னிடம் அத்தையம்மாவின் நூறு பவுன் நகை இருக்கவே இருக்கிறது. தேவைப்பட்டால் அவற்றை விற்பேன். வாழ்வோ சாவோ, வருவது வரட்டும்.

"வியாபாரம்னா ஏற்ற இறக்கம் இருக்கத்தான் செய்யும்" என்றேன் நான். "தாங்கள் வருத்தப்படாதீங்க. நான் தங்களோடு இருக்கேன்."

"உனக்குப் பிடிச்ச நகையை விக்கும்படியா ஆகிடுச்சே."

"தாங்கள்தான் எனக்கு ஆபரணம்."

என் கணவர் எல்லாவற்றையும் விளையாட்டாக எடுத்துக் கொள்பவர் அல்ல. சிறிதுநேரம் மௌனமாக இருந்துவிட்டுச் சொன்னார், "இவ்வளவு காலத்துல எங்கிட்ட யாரும் இது மாதிரிச் சொன்னதில்ல. உன்னோடு அன்பு என்ன ஆச்சரியப்படுத்து கிறது. ஏன் என்ன மாதிரி உதவாக்கரைக்கு நீ அன்பு காட்டற. எவ்வளவு உதவாக்கரை நான் என்று எனக்குத் தெரிகிறது. எங்கிட்ட எந்தத் திறமையும் இல்லை."

நான் நைச்சியமாகச் சொன்னேன், "தபேலாவை தாங்கள் தொடுவதே இல்லை. அது தூசி பிடித்துப்போய் இருந்தது. நான் அதைத் துடைச்சு சுத்தம் பண்ணி வைச்சிருக்கேன். எடுத்து வாசியுங்க, உற்சாகம் வந்திரும். நான் தம்புரா வாசிக்கிறேன்."

இந்த ஏற்பாட்டைக் கேட்டு அவருக்குப் பயங்கர சந்தோஷம். தபேலாவோடு ரொம்ப நேரம் செலவிட்ட பிறகு அவர் உற்சாகமடைந்தார். "நீ சொன்னது நல்ல மருந்து" என்றார் அவர்.

அவரைச் சுற்றியே என் உலகம் சுழன்றது. அவரது தோற்றத்திற்காகவோ அவரது திறமைகளுக்காகவோ அல்ல நான் அவரை நேசித்தது. நேசிக்காமலிருக்க முடியவில்லை என்பதால் நான் அவரை நேசித்தேன். இந்த அன்புதான் என் இதயத்திலிருந்த தீபத்தை அணையாமல் காத்தது. இதை நான் யாரிடமும் சொல்ல முடியாது. என் கணவரிடம்கூட. நான் அவருக்காகவே வாழ்கிறேன், அவருக்காகவே சுவாசிக்கிறேன். ஆனால் அவர் என்னைச் சுற்றியே வந்துகொண்டிருந்தால் நான் எச்சரிக்கையடைந்துவிடுவேன். பெண்டாட்டிதாசனாக இருப்பது ஆண்மைக்கு இழுக்கு. பெண்டாட்டி தாசர்களை யாரும் மதிப்பதோ மரியாதை செலுத்துவதோ இல்லை. அவர்களுக்கென்று தனியாக ஆளுமையும் இருப்பதில்லை. சில நாட்கள் அவருக்கு வேலைக்குப் போகப் பிடிக்காமல், "கடை கிடக்கட்டும், நான் இன்னைக்கு உன்னோடு இருக்கப்போறேன்" என்பார். நான்

துள்ளிக் குதித்தெழுந்து "அப்படியானா நான் போகிறேன்" என்பேன்.

அவரைச் சுறுசுறுப்பாக வைத்திருப்பதற்காகக் கட்டாயப்படுத்துவது, கொஞ்சுவது, கறாராகப் பேசுவது என எல்லாவற்றையும் பிரயோகிப்பேன். இவர்கள் இயல்பிலேயே சோம்பேறிகள், வெட்டிப் பொழுது போக்கிகள். லகானைக் கொஞ்சம் நெகிழ்த்தினால் போதும் அசட்டை வந்துவிடும் இவர்களுக்கு.

அவர் கடை வைத்திருப்பதை அந்தக் குடும்பத்தில் யாரும் ஏற்றுக்கொள்ளவில்லை. குறிப்பாக, என் மாமனார், அவரது அண்ணன். என் பெரிய அத்தானும்தான். எப்போதும் சண்டைதான். என் கணவரை வரச்சொல்லி என் மாமனார் அவரிடம், "பெரிய மனுஷங்க யாராவது கடை வைப்பாங்களா? உன்னால இந்தக் குடும்பத்துக்கே அவமானம். மத்தவங்க முகத்தைப் பார்ப்பதற்கு வெட்கமாக இருக்கு" என்றார்.

என் அத்தானும் ரொம்பவும் எரிச்சலடைந்தார். சாப்பாட்டு மேஜையில் அடிக்கடிச் சொல்வார், "ரோட்ல நடக்க முடியல்ல. என் சிநேகிதங்க எல்லாம் ஏளனமாச் சிரிக்கிறாங்க."

என் மாமனாரின் அண்ணன் கூச்சல்போடும் மனிதர் அல்ல. ஆனாலும் இடையிடையே, "இது விபச்சாரம். வேசியா மாறிட்டோம்" என்பார்.

கடை வைத்ததற்குப் பின்னால் நானிருப்பது எல்லோருக்கும் தெரியும். மாமியார் என்னை ஒருநாள் அழைத்துவிட்டார். "எல்லோருக்கும் உன்மீது கடும் கோபம். ஆனால் நான் உன்னக் குற்றம் சொல்ல மாட்டேன். என் மகன் அழுகிப் போகாம, மனதும் உடலும் துருப்பிடிச்சுப் போகாம இருக்கிறதப் பார்த்து எனக்கு ரொம்பவும் சந்தோஷம். மாமா இன்னைக்கு சாயங்காலம் உன்னக் கூப்பிட்டுப் பேசுவார். நீ பயப்படாம இரு."

ஆனால் உண்மையில் எனக்குப் பயமாக இருந்தது. நான் மாமாவிடமோ அத்தானிடமோ பேசுவது அரிது. என்னால் எல்லாவற்றையும் விளக்க முடியுமா?

அன்று மதியம் முழுவதும் என் மனம் அலைபாய்ந்து கொண்டிருந்தது. திடீரென்று அறையில் யாரோ இருப்பதுபோலத் தோன்ற நான் அந்த அறையின் மூலையில் எனக்குப் பரிச்சய மான வெள்ளைப் புடவை தெரிவதைக் கண்டுகொண்டேன். அதே நிழலுருவம்.

"இனிதான் இருக்கிறது வேடிக்கை. உன் மாமனார் மகா கோபக்காரர். உன்ன இன்னைக்குச் சாட்டையால விளாசப் போறார்."

"செய்யட்டும்" என்றேன் நான்.

"இதக் கேளு. நீ இதில இருந்து தப்பிக்கணும்னா நான் சொல்றமாதிரி செய்."

"நான் என்ன செய்யணும்?"

"உன் மாமனார் பற்றி ஒரு ரகசியம் இருக்கு. என்னன்னு உனக்குத் தெரியுமா?"

"தெரியாது."

"அவர் ஒரு பெண்ண வைச்சுக்கிட்டிருக்கார். அவள் பேரு ஷாமிலி. ஓடைக்குப் பக்கத்துல வீடு. அவளுக்காக ஏகப்பட்டது செலவழிச்சிருக்கார் பணமா, நகையா. அவர் உன்ன மிரட்டினா சொல்லு, எனக்கு ஷாமிலியைத் தெரியும்னு. அடங்கிப் போயிருவார்."

பெரிய குடும்பங்களில் இதுபோன்ற விஷயங்கள் இருக்கும் என்பது எனக்குத் தெரியும். எனவே என் மாமனாருக்கு ஒரு தொடுப்பு இருப்பது பற்றி ஆச்சரியப்படுவதற்கு எதுவுமில்லை. நான் மௌனமாக இருந்தேன். அத்தையம்மா கேட்டாள் "அப்போ நான் சொல்றபடிக் கேட்க மாட்ட?"

"இந்த மாதிரியெல்லாம் என்னால சொல்ல முடியாது."

"ஆமா உன்னால முடியாதுதான். இன்னும் ஒண்ணு சொல்லட்டா? உன் புருஷனுக்கும் ஒருத்தி இருக்கா. அவ பேரு கமலா. உன் புருஷன் உங்கிட்ட ரொம்ப அன்போடு இருக்கான்னு நினைச்சுக்கிட்டிருக்கியா? அபத்தம். உங்கிட்ட என்ன அழகிருக்கா, இல்லை திறமை இருக்கா? அவன் உன் பாக்கெட்ல இருக்கான்னு நீ நினைச்சுகிட்டிருக்கே. மண்ணாங்கட்டி. அவன் நேரம் கிடைக்கும்போதெல்லாம் கமலாவைப் பார்த்திட்டு வரான்."

நான் அதிர்ச்சியடைந்தேன். என் கண்கள் குளமாயின.

திடீரென்று அத்தையம்மாவும் அழுவது கேட்டது. "ஒருத்தனுக்கு ஒருத்தன் மோசம். தேவடியாப் பசங்க, பன்னிங்க. உங்க மாமனாரின் அண்ணனும் உன் அத்தானும் யோக்கியங்கன்னு நினைச்சுக்கிட்டிருக்கியா? அவங்களுக்கும் தொடுப்பு இருக்கு. ஒண்ணுக்கு இரண்டா. வீட்ல மனைவின்னு ஒருத்தி இருக்காளேன்னு உணர்வே கிடையாது. இவங்க மனைவியோடு மட்டும் சந்தோஷமடையறவங்கன்னு நீ நினைக்கிறாயா? கேடுகெட்ட ஜன்மங்க. ஒரு நகைப்பெட்டியோடு காலம்பூரா விளையாடும்படி என்ன வைச்சிட்டாங்க. நான்

ஒரு முட்டாள், அதனால அவங்க தோண்டின குழிலபோய் விழுந்திட்டேன். ராம் கிலோன் என்று ஒரு வேலைக்காரன் இருந்தான். எனக்கும் பருவ வயது. என் உடலுக்குள்ளிருந்த அலை கரை தேடிக்கொண்டிருந்தது. ராம் கிலோன் இளைஞன். ஆண் மகனுக்குரிய அம்சங்களோடிருந்தான். கேட்டுக் கொண்டிருக்கிறாயா?"

"அத்தையம்மா, இதுக்கு மேலே சொல்ல வேண்டாம். கெஞ்சிக் கேட்டுக்கறேன்."

"ஆகா, என்ன ஒரு பதிவிரதை. நான் ஏன் உங்கிட்ட சொல்லாம இருக்கணும்? கவனமாகக் கேளு. ஒரு நாள் ராம் கிலோனுக்குச் சாடையாகச் சொன்னேன். அவன் நடுநிசியில் வந்தான். எனக்குப் பாவம் செய்ய ஏக்கம்; விதவை விரதமெல்லாம் மறந்துபோய்விட்டது. என் உடல் தணலாக இருந்தது. பெண் புலியைப் போலப் பதுங்கி இருந்தேன். ஆனால் அந்த மடையன் படிக்கட்டில் ஏறும்போது கால்தவறிக் கீழே விழுந்துவிட்டான். என்ன ஒரு களேபரம்! உன் மாமனாரும் அவர் அண்ணனுமாகச் சேர்ந்து அவனை உயிர்போகும்வரைக்கும் அடித்துத் தூக்கி எறிந்துவிட்டார்கள். அவர்களின் புனித இளம் விதவைத் தங்கை பசி தீராமல் கிடந்தாள். ஆனால் அவர்கள் மறுநாளே கைகளில் அத்தரைப் பூசிக்கொண்டு தங்கள் தொடுப்புகளைத் தேடிச் சென்றார்கள். கேட்கிறாயா?"

"ஆமாம், அத்தையம்மா"

"நீ அழுகிறாயா? அழு, உன் மனதிலிருப்பவற்றை நினைத்து அழு. உன் நெஞ்சம் கொதிக்கட்டும். நீ உயிரோடு இருக்க வேண்டுமானால் உன் மாமனாரைப் பார்த்துச் சொல், எனக்கு ஷாமிலியைத் தெரியுமென்று. புரிந்ததா?"

"என்னால் முடியாது, அத்தையம்மா"

"அப்படியானால் செத்தொழி, சாவு சாவு. குஷ்டம் பிடிக்கட்டும் உனக்கு. உன் அப்பா சாகட்டும், உன் அம்மா சாகட்டும், உன் சகோதர சகோதரிகள் சாகட்டும். உன் குழந்தைகள் சாகட்டும்."

என்னால் அழுகையைக் கட்டுப்படுத்த முடியவில்லை. பாறாங் கல்லை வைத்து அழுத்தியதுபோல என் இதயம் கனத்தது.

"உனக்குப் பற்றி எரிகிறதா? அவர்களின் குண்டியிலும் நெருப்பை வை. அவர்களும் எரியட்டும். இந்தக் குடும்பமே தீக்கிரையாகட்டும். உன் அத்தான், உன் கணவர் அவர்களின் குண்டியில் ஈட்டியை இறக்கு. அவர்கள் காலரா, குஷ்டம் வந்து சாகட்டும். கேட்டுக்கொண்டிருக்கிறாயா?"

அத்தைக்கு மரணமில்லை 59

என்னால் பதில் சொல்ல முடியவில்லை.

"என்னைப் போல எரியும்போதுதான் உனக்குப் புத்தி வரும்."

அன்று சாயங்காலம் கீழ்த்தளத்திலுள்ள வரவேற்பறைக்கு எல்லோரும் சென்றார்கள். என் மாமியார் என்னைக் கூப்பிட வந்தார். "மருமகளே வா. அவர்கள் உன்ன அழைக்கிறார்கள். அமைதியாக இரு."

என் இதயம் கனத்தது.

என் மாமனார் தொண்டையைச் சரிப்படுத்திக்கொண்டு சொன்னார், "சின்ன மருமகளே உட்கார். உன்னோடு ஒரு முக்கியமான விஷயத்தைப் பற்றிப் பேச வேண்டியிருக்கிறது?"

நான் உட்காரவில்லை. புடவை முந்தானையால் என் தலையை மூடிக்கொண்டு வாசலருகில் நின்றேன்.

அவர் தொடர்ந்தார், "இந்த கடைகிடையெல்லாம் நம்ம குடும்பத்துக்கு அவமானம். நம்ம மரியாதை போயிடும். நம்ப குடும்பத்த சேர்ந்த ஒருத்தர் எப்படி வெறும் ஒரு வியாபாரியா இருக்கலாம்?"

நான் தலையைக் கவிழ்ந்தபடி மௌனமாக நின்றேன்.

என் மாமனாரின் சகோதரர் பேசினார். "உனக்குக் கல்யாணத்துக்குப் போட்ட நகையை வித்து இந்தக் கடைக்கு முதல் போட்டதா கேள்விப்பட்டோம். அந்த நகைகள் நம் முன்னோர்களோட ஆசிச் சொத்து. உனக்கு ஆசியை மதிக்கத் தெரியுமா? அந்த நகைகைய வித்ததுனால அவங்கள அவமானப்படுத்திட்டோம்."

என் அத்தான் சொன்னார், "கடை ஏன் வைக்கணும்? வேற வியாபாரங்க இல்லையா? கடைலேயிருந்து எவ்வளவு வந்திரும்? முதல் மாசத்திலேயே ஏகப்பட்ட நஷ்டம்னு கேள்விப்பட்டேன். வேலைக்காரன் ஒத்தன் பணத்தச் சுருட்டிட்டு ஓடிப்போயிட்டான்."

என் மாமனார் சொன்னார், "நீ என்ன நினைக்கிறேன்னு நாங்க தெரிஞ்சுக்க விரும்பறோம். காலம் மாறிப்போச்சு. மனைவிங்க பொண்ணுங்க சொல்லறத மதிக்காம இருந்தது ஒரு காலம். இன்னைக்கு அவங்களும் சரிசமானம். நீ சொல்லு" நான் எதுவும் பேசவில்லை. இப்போது அவர்கள் கடும் கோபத்திலிருக்கிறார்கள். நான் எதைச் சொன்னாலும் அவர்களுக்கு ஏற்புடையதாக இருக்காது.

என் மாமனார் தொடர்ந்தார், "ராஷோ தங்கச்சியின் நகைகள் காணாமல் போனதுனால கொஞ்சம் கஷ்டம்ங்கிறது உண்மைதான். ஆனால் எல்லாம் சரியாயிடும்."

குடும்பத்திலிருக்கும் பணப்பிரச்சினை எப்படிச் சரியாகும் என்று அவர் நினைக்கிறார் என்பது எனக்குப் பிடிபடவில்லை. இறுதியாக நான் தாழ்ந்த குரலில் சொன்னேன், "அரிசியும் எண்ணெயும் போன மாசத்திலிருந்து விலையேறிவிட்டன. செலவு ரொம்ப கையைப் பிடிக்கிறது. மளிகைக் கடைக்காரருக்கு இரண்டு மாதம் பாக்கி."

"எனக்குத் தெரியும். பாகிஸ்தானிலிருக்கும் கொஞ்சம் இடங்களையும் ஒரு குளத்தையும் சீக்கிரத்திலேயே விற்கப் போகிறோம். அந்தப் பணம் வந்துவிட்டால் நமக்குக் கவலையே இருக்காது."

நான் என் அறைக்கு வந்தேன். சிறிதுநேரம் கழித்து என் கணவரும் வந்தார். "கடையை விற்கச் சொல்லிச் சொல்கிறார்கள்" என்றார்.

மென்மையாக நான் சொன்னேன், "நாளைமுதல் தாங்கள் கடைக்குப் போக வேண்டாம். நான் போய்க்கொள்கிறேன்."

"நீயா!" அவர் வாயை மூடாமல் என்னை உற்றுப் பார்த்தார்.

கண்களில் நீர்மல்க அவரைப் பார்த்து நான் சொன்னேன், "தங்களிடம் எனக்கு வேறொரு விஷயமும் பேச வேண்டியிருக்கிறது. கோபப்பட மாட்டேன் என்று சத்தியம் செய்யுங்கள்."

ஆச்சரியத்துடன் அவர், "சரி, சொல்லு" என்றார்.

"தாங்கள் இன்னொரு பெண்ணோடு சிநேகம் வைத்திருக்கிறீர்களா?"

"என்ன சொல்கிறாய் நீ?"

"அவள் பெயர் கமலாவா?"

அவர் கூனிக்குறுகினார். ஆஜானுபாகுவான மனிதர் எப்படி பரிதவிக்கிறார்? நான் சொன்னேன், "எதையும் மறைக்க வேண்டாம். கமலா வேண்டுமென்றால் அவளைக் கல்யாணம்செய்து வீட்டிற்குக் கூட்டி வாருங்கள். நான் அதை ஏற்றுக்கொள்வேன்."

அவர் படுக்கையில் சரிந்து விழுந்து முகத்தைக் கரங்களால் மூடிக்கொண்டார். அவருக்கு அவமானமாய்ப் போய்விட்டது.

என் கண்களில் கண்ணீர் வழிந்தது. நான் சொன்னேன், "அவளை ரகசியமாய்ப் பார்க்கப் போகவேண்டிய அவசியமில்லை. ரகசியமாகப் போவதில் பயம், வெட்கம், தயக்கம் இருப்பதால் அது பாவமாகவும் கேவலமாகவும் தோன்றும். அப்படிப்பட்ட பாவத்தை தாங்கள் செய்ய நான் விடமாட்டேன்."

அவர் முகத்தைக் கரங்களால் மூடியபடியே ரொம்ப நேரமிருந்தார். பின்னர், தவிப்பும் வெட்கமும் படர்ந்த தன் கண்களை உயர்த்திக் கேட்டார், "கமலாவைப் பற்றி உன்னிடம் சொன்னது யார்?"

"அதுவா முக்கியம்?"

பெருமூச்சு விட்டுவிட்டு அவர் சொன்னார், "அவளைக் கல்யாணம் செய்வது என்ற பேச்சுக்கே இடமில்லை. நீ வந்தபிறகு அவளைப் பார்க்கப் போகவேயில்லை."

"நான் இப்படிச் சொல்வதற்காக மன்னியுங்கள். தாங்கள் சந்தோஷமாக இருக்க வேண்டும் என்றுதான் நான் விரும்புகிறேன். மிக முக்கியமாக, தங்களைப் பற்றிப் பெருமையோடு இருக்கவே நான் விரும்புகிறேன். தாங்கள்தான் எனக்கு எல்லாமே. எதையும் மறைக்க வேண்டாம். என்னால் தங்களைப் பற்றி ஒருபோதும் மோசமாக நினைக்க முடியாது என்பதை மட்டும் புரிந்துகொள்ளுங்கள்."

"உனக்கு என்மேல் வெறுப்பில்லையா."

"இல்லவே இல்லை. மன்னிப்பு கின்னிப்புக் கேட்காதீர்கள். தாங்கள் தலைகுனியக் கூடாது."

ஆச்சரியத்துடன் என்னைப் பார்த்து, "என்னால் நம்பவே முடியவில்லை" என்றார்.

"எதை நம்ப முடியவில்லை."

"நீ ரத்தமும் சதையுமான ஒரு மனித ஜீவன் என்பதை."

"இப்படிச் சொல்வது நான் பாவம் செய்வதற்குச் சமம். குற்றம் செய்கிறோம் என்ற உணர்வு தங்களுக்கு இருந்துகொண்டே இருந்தால் தங்களை தாங்களே தாழ்த்திக்கொள்வீர்கள்."

இன்னொரு முறை பெருமூச்செடுத்து விட்டுவிட்டுச் சொன்னார், "அப்படியானால் ஒரு விஷயத்தை உன்னிடம் சொல்கிறேன். பிரேன் கடையிலிருந்து பணத்தை எடுத்துக்கொண்டு போயிருக்கலாம்; ஆனால் புடவைகளை அவன் எடுக்கவில்லை."

"அப்படியானால் யார் எடுத்தார்கள், கமலாவா?"

"ஆமாம். அவள் ஒருநாள் கடைக்கு வந்து எடுத்துக்கொண்டு போனாள். இப்போ அவற்றைத் திருப்பி வாங்கலாமா?"

நான் கூடாது என்று தலையசைத்தேன். "வேண்டாம். இருபது புடவை போனது பெரிசில்லை. கமலாவே வைத்துக்கொள்ளட்டும்.

தாங்கள் அவளைக் கல்யாணம் செய்தால் இன்னமும் அதிகமாகக் கிடைக்கும்."

அவர் நாக்கைக் கடித்துக்கொண்டார். "எதற்காகத் திரும்பத் திரும்ப கல்யாணத்தைப் பற்றியே பேசுகிறாய்?"

"அப்போ என்ன முடிவுக்குதான் நான் வருவது?"

"இனி இது மாதிரி நடக்காது."

நான் சாதாரணமாகச் சொன்னேன், "ஆண்களுக்கு ஸ்திர புத்தி கிடையாது. சபலக்காரர்கள். தாங்கள் மீண்டும் அவளிடம் போனாலும் நான் மனதில் போட்டுக்கொள்ளப்போவதில்லை. எங்கிட்டேயிருந்து மறைக்க மாட்டேன் என்று மட்டும் சத்தியம் செய்யுங்கள்."

ஆச்சரியத்தில் என்ன பேசுவதென்று தெரியாமல் தலையை மட்டும் அவர் அசைத்தார். பயமோ அல்லது பேரச்சமோ ஏதோ ஒன்று அவர் கண்களில் தெரிந்தது. அவர் இனியும் என்னை ஒரு சாதாரணப் பெண்ணாக நினைத்துக்கொள்ள முடியாது.

ஆனால் எனக்குத் தெரியும், நான் சாதாரணப் பெண்தான் என்பது. இந்த உலகத்தில் எனக்கென்று என்ன உண்டோ அது எனக்குக் கிடைத்தாக வேண்டும், அவ்வளவுதான். எதிர்ப்பு, கண்ணுக்குத் தெரியாத எதிரிகள், சிக்கல்கள், விதி இவற்றையெல்லாம் எதிர்கொண்டுதான் ஆகவேண்டும். இவை நாம் புத்திசாலித்தனமாகச் சிந்திப்பதற்குத் தடையாகி விடக் கூடாது. கமலா விஷயத்தில் என் கணவரோடு சண்டைபோட்டுக் கலவரம் உண்டாக்குவதால் எனக்கு என்ன நன்மை கிடைக்கப் போகிறது? அவரது ஆண்மை காயப்படும், அவரது சுய கௌரவம் அடிபடும். இதனால் அவரது மனம் இறுகித்தான் போகும். கமலாவிடம் போவது தொடரும். நான் பொறாமையில் சாக வேண்டியதுதான். நான் வாசலைத் திறந்து வைத்திருப்பதையே விரும்புகிறேன். அவர் எந்தப் பெண்ணிடம் போக வேண்டும் என்று விரும்புகிறாரோ போகட்டும். ஆனால் அவருக்கு அப்படிப் போக வேண்டிய தேவை இனி ஏற்படாது.

அன்று இரவில் நான் தூங்காமல் விழித்துக்கொண்டிருந்தேன்; அத்தையம்மா என் அறையைச் சுற்றிச்சுற்றி வந்து முணுமுணுத்துக் கொண்டிருப்பது எனக்குக் கேட்டது. "சாவு, சாவு, சாவு. விதவையாப் போ, உனக்கு குஷ்டம் வரட்டும்."

நான் என் மாமனாரிடமும் அத்தானிடமும் நேரடியாக மோதிக் கொள்ளவில்லை. ஆனால் என் கணவரைத் தூண்டிவிடுவதில் வெற்றி கண்டேன். அவரிடம் சொன்னேன்,

"தாங்கள் போக விரும்பவில்லை என்றால் நான் போகிறேன். நாம் வாழ்ந்துகாட்ட வேண்டும்."

"சரி, நானே போகிறேன்" என்றார் அவர். நான் தலையசைத்தேன். "தங்களுக்கு அங்கே தனியாக இருப்பதில் நெருடல் இருக்கலாம். நானும் வருகிறேன்."

"குடும்பத்துல என்ன சொல்வாங்க."

"முதல்ல அவங்களுக்கு அவமானமாகத்தான் படும், போகப் போகச் சரியாகிவிடும். காலம் மாறிக்கிட்டிருக்கு என்று அவர்களுக்கும் தெரியட்டும். முதலில் எதிர்க்கலாம். ஆனால் கடையில இருந்து வருமானம் வர ஆரம்பிச்சா நம்மள ஆதரிப்பாங்க."

"அப்படி நினைக்கிறாயா? நீ சொன்னா ஒருபோதும் தப்பா இருக்காது. அப்படியானா சரி, நீ சொல்ற மாதிரியே செய்வோம்."

நான் வீண் உணர்ச்சிகளுக்கு இடம் கொடுக்கவில்லை. எனக்குப் பயமிருந்தது, பதற்றமிருந்தது. ஆனாலும், என்னைச் சுற்றியுள்ள நிஜ உலகத்தின் விஷயங்களைப் பார்த்துப் புரிந்து, அப்படியும் இப்படியுமாக எல்லாவற்றையும் சேர்த்துக்கொண்டு மேலெழும்பி வருவதற்காக முயன்றுகொண்டிருந்தேன். நாங்கள் இருவருமாகச் சேர்ந்து வேலைசெய்யத் தொடங்கியவுடன், பல்வேறு ஏச்சுகள் பேச்சுகள், ஏற்ற இறக்கங்கள், லாப நஷ்டங்களுக் கிடையிலும் எங்களிடையே ஓர் உண்மையான அன்பு உருப்பெற்றது. எங்களுக்கிடையே நம்பிக்கையும் பிணைப்பும் பரஸ்பர மதிப்பும் ஏற்பட்டன.

அவரால் கணக்கு வழக்குகளை ஒழுங்காக வைத்துக் கொள்ளவும், சரக்குகளின் போக்குவரவைச் சரிவரப் பராமரிக்கவும் முடியவில்லை. பொருட்கள் கடனுக்குப் போய்க் கொண்டேயிருந்தன. கடையை வேறொருவர் கவனித்துக் கொண்டிருந்தபோது அவர் சொல்வதையே முழுக்க நம்ப வேண்டியிருந்தது. இதனால் மிக விரைவிலேயே வியாபாரம் தள்ளாட்டம் கண்டது. எனக்கும் கணக்கு வழக்குகள் பார்க்கத் தெரியாது. சரக்குகளின் போக்குவரவைப் பராமரிப்பதைப் பற்றியோ சொல்லவே வேண்டாம். ஆனால் முதல்முறையாகக் குழந்தைப் பிரசவிக்கும் ஒரு பெண் அந்தக் குழந்தையை எப்படி வளர்க்க வேண்டும் என்று கற்றுக்கொண்டா வருகிறாள்? கடையும் ஒரு குழந்தையைப் போலத்தான். என் கணவரிடம் இதை விளக்கிச் சொல்வதற்கு எனக்குக் கொஞ்சம் அவகாசம் பிடித்தது. அவரிடமிருந்த ஜமீன் தோரணையை ஒதுக்கிவைத்து விட்டு அவரை ஒரு சுறுசுறுப்பான வேலைக்காரராக மாற்றுவதற்கு

எனக்குச் சில நாட்கள் பிடித்தன. வியாபாரத்தில் லாபம் வரத் தொடங்கியது.

உள்ளூர் மொத்த வியாபாரிகளிடமிருந்து சாமான்களை வாங்கி விற்பதில் பெரிய அளவு லாபம் கிடைக்கவில்லை. ஆனால் கல்கத்தாவின் பூராபஜாரிலிருந்தோ மங்கலாகாட்டி லிருந்தோ வாங்கி வந்து விற்றால் நல்ல லாபம் கிடைக்கும். நான் என் கணவரிடம் அங்கேயிருந்து வாங்கி வரும்படிச் சொல்லிக்கொண்டேயிருந்தேன். சோம்பேறியும் பிரயாணம் செய்வதில் ஈடுபாடு இல்லாதவருமான அவர் முதலில் உடன்பட வில்லை. இரண்டொரு முறை நானும் அவருடன் சென்று வந்தேன். பின்னர் அவராகவே போகத் தொடங்கிவிட்டார்.

மக்களின் ரசனை நாளுக்குநாள் மாறிக்கொண்டேயிருக்கும். ஒவ்வொரு நேரமும் குறிப்பிட்ட சில வண்ணங்களுக்கும் டிஸைன்களுக்கும் கிராக்கி அதிகமாக இருக்கும். இதை மனதில் வைத்துச் சரக்கு இறக்க வேண்டும். நாங்கள் அப்படியே செய்தோம். லாபம் அதிகரித்தது.

திடீரென்று ஒருநாள் மாலை என் மாமனார் எதிர்பாராமல் கடைக்கு வந்துவிட்டார். கச்சை கட்டிய வேட்டி, சுருக்கமில்லாத பஞ்சாபி குர்தா, கழுத்தைச் சுற்றி ஷால், கையில் கம்பு, காலில் புதிய ஜோடு. கடையைச் சுற்றி அலட்சியமாகச் சற்று கண்ணையோட்டினார். கடையில் கூட்டமாக இருந்தது. வியாபாரம் நடப்பதைச் சிறிதுநேரம் பார்த்துக்கொண்டிருந்து விட்டு பின்னர் சென்றார். சில நாட்கள் கழித்து மீண்டும் வந்தார். நாற்காலியில் அமரச் சொன்னேன். அவரும் அமர்ந்தார்.

"வியாபாரம் படுஜோர்."

"எல்லாம் உங்கள் ஆசி."

"இல்லை மருமகளே, நான் உங்களுக்கு ஆசி வழங்கவே யில்லையே. நான் இட்டதெல்லாம் சாபம்தான். ஆனால் அது பலிக்கவில்லை. நான் ஒரு பாவி, பார்த்துக்கோ."

நான் அமைதியாக இருந்தேன். அவர் மேலும் தொடர்ந்தார், "நீ எங்கள் பேச்சைக் கேட்காமலிருந்ததை எங்களால் ஏற்றுக் கொள்ள முடியவில்லை. ஆனால் நல்லதே நடந்திருக்கிறது. ஒவ்வொரு மாதமும் எவ்வளவு லாபம் வருகிறது?"

"மூவாயிரம், நாலாயிரம்."

"அது நல்ல தொகைதான்."

அவரது மனமும் சுயமரியாதையும் காயப்படும் என்பதால் நான் அவரிடம் பாகிஸ்தானிலிருந்து காடும் கரையும் விற்றுப்

பணம் இன்னும் வரவில்லை, விற்பதற்கு இனி கைவசம் நகையில்லை, ஆனாலும் வீட்டுக் காரியங்கள் முறைப்படி – மாயமந்திரம் எதுவும் போடாமல் –நடந்துகொண்டிருக்கின்றன என்பதையெல்லாம் சொல்லவில்லை. அதற்கு அவசியமும் இல்லை. அவருக்கே தெரியும். அது தெரிந்ததால்தான் அவர் கடைக்கு வர ஆரம்பித்திருக்கிறார்.

அவர் முகத்திலிருந்த அலட்சிய பாவம் மறைந்துவிட்டது. அவர் கண்ணெதிரிலேயே இரண்டு பட்டுப் புடவைகள் இரண்டாயிரம் ரூபாய்க்கு விற்றன.

அவருக்கு இருப்புக்கொள்ளவில்லை. "மருமகளே, இந்த இரண்டு புடவைகளை விற்றதில் எவ்வளவு லாபம் வந்திருக்கும்?"

நான் கூச்சத்துடன் சிரித்துச் சொன்னேன், "கொள்முதல் விலை, போக்குவரத்துச் செலவு, கடைவாடகை, மின்சாரக் கட்டணம், வேலைக்காரர்கள் சம்பளம் இவற்றையெல்லாம் கூட்டிக் கழித்துப் பார்த்துதான் புடவையின் விலையை நிர்ணயம் செய்ய முடியும்."

"அம்மாடி, கேட்கவே குழம்புகிறது. இதையெல்லாம் நீ எப்படி கணக்குப் போடுகிறாய்? எங்களுக்குப் பணத்தை இறைக்கத்தான் தெரியும், எண்ணத் தெரியாது. கீழ்த்தட்டு மக்கள்தான் ஒவ்வொன்றுக்கும் கணக்குப் போட்டுப் பார்ப்பார்கள்."

நான் அவரிடம் மென்மையாகச் சொன்னேன், "இந்த இரண்டு புடவைகளையும் விற்றதில் அறுநூற்றி ஐம்பது ரூபாய் லாபம்."

திடுக்கிட்டுப்போய் அவர் முணுமுணுத்தார், "அறுநூற்றி ஐம்பதா? இரண்டு புடவைகளை விற்றதிலா?"

ஆச்சரியப்பட்டுக்கொண்டே கவலைபடிந்த முகத்துடன் அவர் வீட்டுக்குப் போனார்.

சில நாட்கள் கழித்து அவர் என்னை அழைத்துச் சொன்னார், "நீ ஒவ்வொரு நாளும் காலம்கார்த்தாலேயே ஓட வேண்டியிருக்கு. நான் காலையில சும்மாதானே இருக்கேன். பையனோடு நான் போகிறேன்."

எனக்குத் தர்மசங்கடமாக இருந்தது. அவர் ஜமீன்தார் குணம் கொண்டவர். கடைக்கு வருபவர்களிடம் மரியாதைக் குறைவாக நடந்துகொண்டார் என்றால்? "நீங்கள் சிரமப்பட வேண்டாம். கடைச்சமாச்சாரங்கள் எல்லாம் உங்களுக்கு ஒத்து வராது" என்றேன் நான்.

அவர் புன்முறுவல் பூத்தார். “கவலைப்படாதே. நான் என்ன ஏதுன்னு புரிஞ்சுக்க முயற்சி பண்றேன். நான் நல்ல யோசிச்சுப் பார்த்துட்டேன். கடவுள் எங்களுக்குத் தந்திருக்கற புத்திய நாங்க நல்லபடியா பயன்படுத்தவே இல்லை. இந்த வயசிலயாவது அதத் தட்டியெழுப்ப முடியுமான்னு பார்க்கிறேன்.”

நான் தடைசொல்லவில்லை. அவர் கடைக்குப் போகத் துவங்கினார். மதியம் வீட்டுக்கு வந்த என் கணவர் என்னிடம், “நடந்ததைச் சொன்னா நீ நம்பமாட்டே. புடவைகளுக்கெல் லாம் அப்பா விலைய கூட்டிக்கூட்டிச் சொன்னார். வாங்க வந்த இரண்டு பேரும் ஓடிப்போய்விட்டார்கள். நீ ஏன் அவரை அனுப்பினே? அவர் சாப்பிடக்கூட வீட்டுக்கு வரத் தயாராக இல்லை. நீ போ, நான் அப்புறமா சாப்பிடுகிறேன் என்கிறார்.”

“அவர்தான் பிடிவாதம் பிடித்தார். இப்போதைக்கு அவரிடம் ஒன்றும் சொல்லப் போகவேண்டாம். அவர் நமது லாபத்தை அதிகரிக்க விரும்புகிறார் போலிருக்கு. முதல்ல அப்படித்தான் இருக்கும்.”

நானும் அவரும் இந்த விஷயத்தைப் பற்றி நினைத்து நினைத்துச் சிரித்துக்கொண்டே இருந்தோம்.

என் கணவர் கடைக்குத் திரும்பியதும் என் மாமனார் வந்தார். ரொம்ப உற்சாகமாக, வியர்வை வழிய, கண்களில் பெருமிதத்துடன். வீட்டுக்குள் அடியெடுத்து வைத்ததுதான் தாமதம், “நீயெல்லாம் இந்த வேலைக்குள்ள ஆள் இல்லை, மருமகளே. இன்னைக்கு ஒம்பது புடவை விற்றுவிட்டேன். எல்லாத்துக்கு விலையைக் கூட்டிப் போட்டேன். ஒரு புடவையின் மூலையில் ஐம்பது ரூபாய் என்று எழுதியிருந்தது. நான் என்ன செய்தேன் தெரியுமா? முன்னால் ஒரு ஒன்றைச் சேர்த்தேன். நூற்றம்பது ரூபாய்க்கு விற்றேன். பார்த்தாயா? கூடுதலா நூறு ரூபாய் லாபம்” என்றார்.

விஷயம் விபரீதமாகப் போவதை நான் உணர்ந்து கொண்டேன். கடைக்கு இப்போதுதான் பெயர் வரத் தொடங்கியிருக்கிறது. வாங்கிக்கொண்டு போனவன் வேறு கடையில் விலை கேட்டுப் பார்த்தானென்றால் திரும்பி வந்து சண்டைபோடுவான் அல்லது புடவையைத் திருப்பி எடுத்துக்கொள்ளச் சொல்லுவான். இனி கடைப் பக்கம் வரமாட்டான். இதையெல்லாம் நான் எப்படி என் மாமனாரிடம் எடுத்துச் சொல்வது? புதிதாகப் பொம்மை கிடைத்த குழந்தையைப் போல குதூகலமாக இருக்கிறார் அவர். குளிக்கவோ சாப்பிடவோ போகாமல் அவர் என் மாமியாரிடம் கடையைப் பற்றிக் கதைகதையாகப் பேசிக்கொண்டிருக்கிறார்.

மாமியார் என்னை அழைத்துச் சொன்னார், "உன் கடை சீக்கிரமே படுக்கப்போகிறது."

நான் முறுவலித்தேன்.

"உனக்குக் கொஞ்சமாவது புத்தி இருக்குமானால் அவரைப் போகவிடாமலாக்கு" என்றார்.

"நீங்கள் கவலைப்படாதீர்கள். நாங்கள் பார்த்துக் கொள்கிறோம்" என்றேன்.

அடுத்த நாள் ஓரிரு வாடிக்கையாளர்களுடன் விலைக் காகச் சண்டை போட்டார். அவர்கள் வழக்கமாகக் கடைக்கு வருபவர்கள். "கொஞ்ச நாள் முன்னாடி வரைக்கும் எழுபத்தைந்து ரூபாய்க்கு வித்திட்டிருந்த புடவை திடீர்னு எப்படி இன்னைக்கு நூற்று எழுபத்தைந்து ரூபாய் ஆகும்? இது பகல் கொள்ளையா இல்ல இருக்கு" என்று ஆவலாதி சொன்னார்கள். இதைக் கேட்டதும் என் மாமனார் சட்டையைச் சுருட்டிக்கொண்டு அவர்களை அடிக்கத் தயாரானார். என் கணவர் தலையிட்டுச் சமாதானம் செய்தார்.

அன்று மத்தியானம் என் மாமனார் படபடவென்று பொரியத் துவங்கினார், "இதுக்குத்தான் நான் சொன்னேன், கடைகிடை வைக்கிறதெல்லாம் கீழ்மட்டத்தில இருக்கறவங்க வேலைன்னு. நம்மக் கால் தூசிக்குப் பெறாதவங்களுக்கு நம்ம கிட்டயே மல்லுக்கு நிக்கிற தைரியம் வந்திருச்சி."

என் மாமியார் பதில் கொடுத்தார். "பின்னே நீங்க எதுக்காகக் கடைக்குப் போனீங்க? ஒரு நாளாவது நீங்க வேலைன்னு ஏதாவது செஞ்சிருக்கீங்களா, அப்படியே இனியும் இருந்துட்டுப் போகட்டும். வீட்டுச் சமாச்சாரங்கள் ஓடிக்கிட்டிருக்கில்ல, அதுபோதும்."

கோபம் தலைக்கேற அவர், "என்னால முடியாதுன்னு நீ நினைக்கிறாயா?" என்று கேட்டார்.

"ஒரு கடைக்காரன் உங்களை அவமானப்படுத்தினா அந்தக் கடைக்கு நீங்க திரும்பவும் போவீங்களா?"

"கடைக்காரனாவது, என்னை அவமானப்படுத்துவதாவது? அவ்வளவு தைரியம் அவனுக்கிருக்கா?"

"அப்படித்தான் இதுவும். வாங்க வர்றவங்க யாரும் கடைக்காரன் அவமானப்படுத்துவதைத் தாங்கிக்க மாட்டாங்க. நம்ம கடையில்லாட்டா அவனுக்கு வேற பத்து கடை இருக்கு."

"இவன் போனா எனக்கு வேறு பத்துபேர் கிடைப்பாங்க."

"இல்லை. கிடைக்கவே கிடைக்காது. தன்னை ஏமாத்தறாங்கன்னு நெனச்சு ஒரு ஆள் வாங்காமப் போனா பத்துபேர் அவன் பின்னால போவாங்க. வியாபாரம்னா என்ன சஸ்தாவா வாங்கி ஒஸத்தி விலைக்கு விக்கிறதா? அவ்வளவு லகுவா அது?"

மாமனாரின் கோபம் தணியவில்லை. ஆனால் அதன் பின்னர் கடைக்குத் தொடர்ந்து வந்துகொண்டிருந்தார் என்றாலும் அவரால் எந்தப் பிரச்சினையும் ஏற்படவில்லை. மாறாக, அந்த வயதிலும் வியாபார நுணுக்கங்களை மும்முரமாகக் கற்றுக்கொள்வதில் இறங்கினார்.

ஒருநாள் அவர் என்னிடம் சொன்னார், "இதோ பாரு மருமகளே, பேரம் பேசி வாங்குவதை மக்கள் விரும்பறாங்க. பேரம் பேசி இரண்டு ரூபாவைக் குறைச்சாக்கூட அவங்களுக்கு ஏதோ பெரிய வெற்றி கிடைச்சமாதிரி நெனப்பு. நீ இப்படி ஒரே விலைன்னு ஒட்டி வைச்சா கதைக்கு ஆகாது. இந்த ஒரே விலை சமாச்சாரத்தைத் தூக்கிப்போடு. விலையைக் கொஞ்சம் கூட்டிச் சொல்லு, வர்றவங்க என்ன விலைக்குப் பேரம்படிஞ்சா சந்தோஷப்படுவாங்களோ அந்த விலைக்குக் கொடுக்க முடியுமாப் பாரு."

நான் மென்மையாகச் சொன்னேன், "ஆமாம், அது சரிதான்."

உடனே அவர் சந்தோஷத்துடன், "அப்படியானா நாளையிலேயிருந்து அப்படி வைச்சுக்குவோமா?"

"பண்ணலாம்தான். ஆனால் நம்ம கடைல ஒரே விலைதான்னு எல்லோருக்கும் தெரியும். புதுசா வர்றவங்களத் தவிர யாரும் நம்மகிட்ட பேரம் பேச மாட்டாங்க."

"நீ சொல்றது சரிதான்" என்றார் அவர் வருத்தம்மேலிட. "இதனால் புதுப்பிரச்சனைங்க வந்திடும்."

அவர் சொன்ன ஆலோசனையை அவரே கைவிட்டு விட்டார். நான் நிம்மதிப் பெருமூச்சு விட்டேன். அவர் இப்போது காலையிலும் மாலையிலும் கடைக்குப் போக ஆரம்பித்தார்.

அவர் கடையை நல்லமுறையில் நடத்தினார் என்பதை ஒத்துக்கொண்டுதான் ஆகவேண்டும். அவ்வப்போது என்னிடம், "இதில் ஒரு சந்தோஷம் இருக்கத்தான் செய்யுது. நாள் நல்லபடியாகப் போய்கிட்டிருக்கு. புதுசு புதுசா ஆட்கள் வராங்க. புதுப்புது முகங்கள். உண்மையிலேயே இது புது அனுபவம்தான்."

என் ஓரகத்தி கீழிறங்கி வருவதே இல்லை. கால்வலியும் இரத்த அழுத்தமுமாக அவள் படுக்கையிலேயே இருந்தாள். சம்பவம் நடந்து ஒரு வருடம் முழுதாக ஆன பின்பும்கூட அவளுக்கு என்மீதிருந்த பயம் போகவில்லை. நானும் இதனால் மேலே போவதில்லை. அத்தான்தான் சாப்பாட்டை முதல்மாடிக்கு எடுத்துப்போவார்.

ஒருநாள் ஓரகத்தி என்னைக் கூப்பிட்டு அனுப்பினாள்.

நான் போனேன். என்னை நேரடியாகப் பார்க்காமல் சுவரையே பார்த்தபடியிருந்தாள். சிறிதுநேரம் கழித்து, "என் மேல கோபப்படாதே. உங்கிட்ட நான் ஒண்ணு சொல்லணும். அதச் சொல்றதத் தவிர வேறு வழியில்ல" என்றாள்.

நான் இன்னும் உள்ளேகூடச் செல்லவில்லை. அவள் பயந்துவிடக் கூடாது என்பதற்காக வாசலிலேயே நின்று கொண்டிருந்தேன்.

"சொல்லுங்கள்" என்றேன் நான்.

"எங்க நிலைமை ரொம்ப மோசமாயிடுச்சு. என் வீட்டுக்காரரிடம் பணம் இல்ல. விற்பதற்கு வேறு நகைகளும் இல்லை. இப்படியே ஓட்ட முடியாது."

"நான் என்ன செய்யணும் சொல்லுங்க."

"என்னத்த நான் சொல்ல. உன் மந்திரவாதத்தால என்னை முடக்கிப் போட்டிட்டே. உன் தயவுலதான் என் உயிர் ஒட்டிக்கிட்டிருக்கு. எனக்குச் சாவதற்குப் பயமில்ல. இப்படி படுக்கையோடு படுக்கையா இருப்பதும் சாவதும் ஒண்ணுதான்."

"எனக்கு மந்திரவாதம் எதுவும் தெரியாது."

புடவை முந்தானையால் தன் கண்களைத் துடைத்துக் கொண்டு அவள் சொன்னாள், "ஏதோ உன் புண்ணியத்தால நாங்க பட்டினி கிடக்காம இருக்கோம். உனக்கு எல்லா மாயமந்திரமும் தெரியும். உனக்குத் தெரியாதது எதுவுமில்லை. மாமனாரைக்கூட கடைல வேலை செய்யும்படியா வைச்சிட்டேன்னு கேள்விப்பட்டேன்."

"உங்களுக்குத் தப்பாச் சொல்லியிருக்காங்க"

"நான் உன்னோடு வாதம் பண்ண விரும்பல்ல. நீ நினைச்சா இன்னும் என்னவெல்லாமோ செய்யலாம். இந்தக் குடும்பத்தையே பிரிச்சிடலாம். நான் ஒத்துக்கறேன். ஆனால் நான் இப்படி பயந்து பயந்தே வாழ முடியாது. அதனாலத்தான் பேசறேன்."

"சொல்றத விபரமாச் சொல்லுங்க அக்கா."

"பயமாத்தான் இருக்கு. ஆனாலும் கேட்கிறேன், நீ அந்த நகை எல்லாத்தையும் வித்திட்டாயா?"

"எதுக்காகக் கேட்கிறீங்க?"

"பெரிசா கடைபோட்டிருக்கேன்னு கேள்விப்பட்டேன். அதற்கு நிறைய பணம் வேண்டும்."

"என் நகைகள வித்ததுலக் காசு கிடைச்சுது. வேறெந்த நகையைப் பத்தியும் எனக்குத் தெரியாது."

"நான் உங்கிட்ட பங்கு கேட்கல. கோபப்படாதே. உங்கிட்ட கெஞ்சிக் கேட்கிறேன். ஏதாவது இன்னும் மிச்சமிருந்தா எனக்குக் கொஞ்சம் தாயேன்."

பேராசை பயத்தைக் காட்டிலும் வலியது என்று எனக்குத் தெரியும். பேராசை பயத்தை எப்படி மீறுவது என்பதைச் சொல்லித் தருகிறதே தவிர பயத்தை எப்படி வெற்றிகொள்வது என்பதைச் சொல்லித் தருவதில்லை. என் ஓரகத்திக்கு என்மேல் பயமிருக்கிறது. ஆனால் அவளால் பேராசையைக் கட்டுப்படுத்த முடியவில்லை.

அவள் கண்களைத் துடைத்தபடியே இருந்தாள். பின்னர் சொன்னாள், "நீ செய்ததற்கு என்ன உண்டோ கடவுள் அதை உனக்குத் தருவார். ஆனால் எங்களுக்கும் உரிமை உண்டு என்பதை மறந்துவிடாதே. என் கணவர் ரொம்பவும் கூச்சப்படுகிறார். உன்னிடம் எப்படிக் கேட்பது என்று அவருக்குத் தெரியவில்லை. அவரிடம் கைவசம் எதுவுமில்லை. என் வியாதிக்கு வைத்தியம் பார்ப்பதுகூட நின்றுவிடும் போலிருக்கிறது."

"அவருக்கு ஒன்றும் அப்படிப் பெரிய வயதாகிவிடவில்லையே? அவர் மனது வைத்தால் உங்கள் பாட்டுக்குள்ள பணத்தை வேலை பார்த்து அவர் சம்பாதிக்க முடியும்."

"வேலை பார்த்துச் சம்பாதிப்பதா? எப்படி?"

"முதல்ல அவருக்கு வேலைக்குப் போக வேண்டியது அவசியம் என்ற உணர்வு வரவேண்டும்."

அவள் என்மீது ஒரு பார்வையை வீசினாள். என்ன செய்வதென்று தெரியாத பரிதவிப்பாக இருக்கலாம். அந்தப் பார்வையில் வெறுப்பு, கசப்பு, பயம் எல்லாம் பொதிந்திருந்ததை நான் கண்டேன்.

அத்தைக்கு மரணமில்லை

முகத்தை மீண்டும் திருப்பிக்கொண்டு அவள் சொன்னாள், "அவருக்குப் படிப்பு அதிகமில்லை. வெறும் மெட்ரிகுலேட்டுக்கு யாரு வேலை கொடுப்பார்கள்? கடை வைப்பதற்கு எங்களிடம் நகைப்பெட்டி ஒண்ணும் கிடையாது? அவசியத்தைப் பற்றிப் பேசுகிறாய். அவசியம் ஏற்பட்டாலும் அவருக்கு வாய்ப்பு கிடையாது. தம்பி எவ்வளவு நல்ல நிலைக்கு வந்துட்டான்; எவ்வளவு பணம் அவங்க பண்றாங்க; நம்மால முடிஞ்ச தெல்லாம் பாத்துக்கிட்டே இருக்கிறதுதான். இப்படிப் புலம்ப மட்டும்தான் அவரால முடியுது. அதனாலத்தான் நான் உங்கிட்ட கெஞ்சுகிறேன்."

"அவருக்கு என்னதான் வேண்டும்?"

"ஏதாவது. என்னவாவது. என்னவென்று எனக்குத் தெரியவில்லை." சிறிது நேரம் அமைதியாக இருந்துவிட்டு அவள் தணிந்த குரலில் சொன்னாள், "நீ அத்தையம்மாவை விஷம்வைத்துக் கொன்று, நகைப் பெட்டியை எடுத்துக் கொண்டுவிட்டாய். நான் யாரிடமும் இதைப் பற்றிச் சொல்ல வில்லை. தேள் தன் கொடுக்கில் விஷத்தை வைத்திருப்பதைப் போல நான் இந்த விஷயத்தை எனக்குள் தேக்கிவைத்திருக்கிறேன். இதற்காக நீ எனக்கு நன்றியுள்ளவளாக இருக்க வேண்டும்."

"நான் விஷம் வைத்தேன் என்று யார் சொன்னார்கள்?"

நான் இப்படிக் கேட்டதில் பயந்துபோனவளைப் போல அவள், "கோபப்படாதே. நான் போலிசுக்குப் போகப் போவதில்லை. உன் அத்தானிடம்கூடச் சொல்லவில்லை. நான் இப்படி மௌனமாக இருப்பதற்கே ஏதாவது தர வேண்டும் என்று உனக்குப் படவில்லையா?" என்றாள்.

என்ன சொல்வது என்று எனக்குத் தெரியவில்லை. ஒன்று மில்லாவிட்டாலும் தேவையில்லாமல் எதையாவது சொல்லிக் கொண்டிருப்பது அநேகரின் வழக்கம். எனக்கு இந்த வழக்கம் இல்லை. அவசியமில்லாமல் நான் பேசுவதே இல்லை. இப்போதும்கூட, நான் என்னைப் பாதுகாத்துக்கொள்ளும் படியாகவோ அவளது சந்தேகங்களைப் போக்கும்படியாகவோ எதுவும் சொல்ல முயலவில்லை. நான் என்ன சொன்னாலும் அவள் நம்பப்போவதில்லை என்பது எனக்குத் தெரியும்.

நானிருக்கும் பக்கம் திரும்பிப் பார்க்காமலேயே அவள், "இருக்கியா, போய்ட்டியா?" என்று கேட்டாள்.

"இருக்கேன். கேட்க வேண்டியதெல்லாம் நீங்கள் கேட்டாகிவிட்டதா?"

“நீ எந்தப் பதிலும் தரவில்லை. நான் என்னவென்று நினைக்க?”

நான் மௌனமாக நின்றேன்.

அவள் மீண்டும் என்னைப் பார்த்தாள். அவள் கண்கள் எரிந்து கொண்டிருந்தன. “எங்களுக்கு எதுவும் தரப்போறதில்லை அப்படித்தானே, எதுவுமே?”

நான் அமைதியாகப் பார்த்தேன். அவள் கண்களிலிருந்து கோபத்தின் பொறிகள் தெறித்தன. இயல்பிலேயே அவள் சண்டைக்காரி. தன் பகைமையையெல்லாம் இவ்வளவு நாள் அடைத்துவைத்திருந்தாள். அது கொதித்துக் கொதித்து இப்போது மூடி திறந்துவிட்டது.

பல்லை நறநறவெனத் தேய்த்து அவள் சொன்னாள், “மந்திரக்காரியே! எல்லாத்தையும் நீயே வாயில போட்டுக்கலாம்னு நினைக்கிறே. எல்லாத்தையும் நீயே வெச்சுக்கலாம்னு நினைக்கிறேதானே? இதுவரைக்கும் உனக்குப் பயந்து பயந்து இருந்தாச்சு, இனிமேல . . .”

தனது வலுவிழந்துபோன, நோயுற்ற உடம்பைக் கோபத்தால் எழுப்பி, ஒரு மாயப் பிசாசைப் போல தலைமுடி காற்றில் பறக்க, புடவை தோளிலிருந்து சரிய என்னைப் பார்த்துத் திட்டத் துவங்கினாள்.

பேராசையும் பொறாமையும் வெறுப்பும் மனித உருவெடுத்தது போலிருந்த அவளைப் பார்த்துக்கொண்டேயிருந்தேன். நான் அப்படியிருந்தது எனக்கே ஆச்சரியம். என்னால் நகர முடியவில்லை. அவள் ஒரு பெண் புலியைப் போல என்மீது பாய்ந்தாள் “இன்னைக்கு உன்னக் கொல்லாம விடமாட்டேன் . . . கொல்லாம விடமாட்டேன் . . . அதற்கப்புறம் நான் செத்தாலும் பரவாயில்லை . . . உன்ன முதல்ல கொல்லப் போறேன் . . .”

“நீயும் அவள் குரல்வளையைப் பிடி” என் காதில் யாரோ கிசுகிசுத்தார்கள்.

என் ஓரகத்தியின் மேல் ஓர் அமானுஷ்ய சக்தி வந்தது போல இருந்தது. ஒரு நண்டைப் போல என் கழுத்தைப் பிடித்துக்கொண்டிருந்தாள்.

அத்தையம்மா என் செவியில் சொல்லிக்கொண்டேயிருந்தார், “உனக்குச் செத்துப்போணும்னு இருக்கா? அப்ப சாவு; இரண்டுபேரும் சாவுங்க. அவ குரல்வளையை நீ பிடிச்சாத்தான் என்ன? கையை தூக்கு. ஹா, பாரு அவ கைகால் முடியாத்தவ மாதிரி நிற்கிற.”

என் சக்தியையெல்லாம் திரட்டி, மூச்சை நன்றாக விடுவதற்கும் ஓரகத்தியின் கையை என் குரல்வளைவிலிருந்து எடுப்பதற்கும் முயன்றபடி நான் "இல்லை அத்தையம்மா" என்றேன்.

"இல்லை, அத்தையம்மா" என்று நான் சொன்னது என் ஓரகத்தியின் காதில் விழுந்திருக்க வேண்டும். வெளிப் பிதுங்கிய கண்களால் என்னைப் பார்த்து, மூச்சிறைத்தபடிச் சொன்னார், "மாயக்காரியே! நீ ஆவிகளைக் கூப்பிடுகிறாயா? பேய்களைக் கூப்பிடறே இல்ல? என்ன வேணும்னாலும் செஞ்சுக்கோ. என்ன வேணும்னாலும். உன்னக் கொல்லாம நான் சாக மாட்டேன், முதல்ல உன்னக் கொன்னுட்டுதான்..."

அத்தையம்மா என் காதில் முணுமுணுத்தார், "இன்னமும் என்னத்துக்கு நின்னுகிட்டிருக்க? உன்ன அவள் கொன்னுறப் போறா. அவள் குரல்வளையப் பிடி, இறுக்கு."

என் கண்களிலிருந்து கண்ணீர் வடிந்து என் முகத்தில் இறங்கிக் கொண்டிருந்தது. நான் எதுவும் செய்ய முயலாமல் அப்படியே நின்றுகொண்டிருந்தேன்.

அத்தையம்மா சொல்லிக்கொண்டே போனார், "இதுபோல சந்தர்ப்பம் இனியும் உனக்குக் கிடைக்காது. அக்கம்பக்கம் யாருமில்ல. அந்தச் சனியன் கழுத்துப்பிடிச்சு நெறி. கொல்லு. யாருக்கும் தெரியப் போறதில்ல."

என் ஓரகத்தி பொரிந்துகொண்டேயிருந்தாள். ஆனால் அவளால் தொடர முடியவில்லை. என் குரல்வளையை நெறிக்க மீண்டும் என்னை நோக்கி வந்தாள், ஆனால் அவளது கரங்கள் கட்டுப்பாடில்லாமல் ஆடிக்கொண்டிருந்தன.

அத்தையம்மா, "உனக்குத் தெரியாதா. அவ உயிரோடிருக்கிற வரைக்கும் உனக்கு ஆபத்துதான். நீ தூங்கிக்கிட்டு இருக்கும்போது ஒருநாள் ராத்திரி உன்னக் கொன்னாலும் கொன்னுறுவாள். இப்போதே உன் எதிரியைத் தீர்த்துக்கட்டு," என்றார்.

என் ஓரகத்தியால் என் எதிரில் வரமுடியவில்லை; நோயுற்ற அவள் உடலின் சக்தியெல்லாம் காலியாகி, தரையில் முகம்பட விழுந்தாள். சத்தமாக அரற்றினாள்.

நான் மெதுவாகப் படியிறங்கினேன்.

இரவில் என் கணவரிடம், "நான் இன்னொரு கடை ஆரம்பிக்கப் போகிறேன்" என்றேன்.

அவர் ஆச்சரியத்துடன் என்னைப் பார்த்தார். "இன்னொரு கடையா! இதை நடத்துவதே பெரும்பாடாக இருக்கிறது. ஒவ்வொரு நாளும் பத்தாயிரம் பதினைந்தாயிரத்துக்கு வியாபாரமாகுது. தூங்கக்கூட எனக்கு நேரம் கிடைக்கல்ல. இன்னொரு கடையைப் பார்க்கிறது யாரு?"

"இங்கே ரேடியோ, டேப் ரிக்கார்டர் வாங்குவதற்கு நல்ல கடையே இல்லை" நான் விடவில்லை. "ஜாகு சாஹா அவர் கடையைக் குடுக்கப் போறதா கேள்விப்பட்டேன். கொஞ்சம் விசாரிச்சுப் பாருங்க."

என் கணவர் என்னை உற்றுப் பார்த்தார். திடீரென்று என்னிடம், "அதென்ன கழுத்துல காயம்? சிவந்துபோய்த் தெரியுது. நீயே ஏதோ செஞ்சுக்கிட்டிருக்கே" என்றார்.

நான் அவர் முன்னால் பவ்யமாகக் குனிந்து சொன்னேன், "என் மேல தங்களுக்குக் கரிசனம் இருக்குமானால் எங்கிட்ட மேற்கொண்டு எதுவும் கேக்காதீங்க. ஆம்பிளைங்களுக்கு எல்லாம் தெரியணும்கறது இல்லை."

அவர் முகம் வாடியது. பின்னர், "எதையோ மறைக்கப் பார்க்கிற நீ, இருந்துட்டுப் போகட்டும்" என்றார்.

என் கண்ணீரைக் கட்டுப்படுத்த எனக்குச் சற்று நேரம் பிடித்தது. அதன்பின் நான் சொன்னேன் "தங்களிடம் ஒண்ணு சொல்லணும்."

"என்னது?"

"நம்மச் சுற்றி இருக்கறவங்க யாரும் நம்ம காதுபட சோகப் பெருமூச்சுவிடாம இருந்தாத்தான் நாமளும் உண்மையிலேயே சந்தோஷமாக இருக்க முடியும்."

"ஏதோ தத்துவம் பேசற மாதிரி இருக்கு" என்றார் அவர் ஆச்சரியத்துடன்.

"ஆனா அது உண்மைதானே? ஒத்துக்கிறீங்களா?"

"என்ன வேணும்னு சொல்லு. நீ சொல்லி நான் எப்போவாவது வேண்டாம்னு சொல்லியிருக்கேனா?"

"தங்களை மாதிரி மனுஷன் எனக்கு கிடைச்சது ஒரு கொடுப்பினை."

"இப்படிச் சொல்லிச் சொல்லியே நீ என்னைப் பாழாக்கிருவே" என்றார் அவர் மெல்லிய புன்னகையுடன். "நீ சொல்றத நானும்கூட நம்ப ஆரம்பிச்சு விடுவேன் போலிருக்கு."

“எனக்கு எங்கிருந்து இவ்வளவு பலம் வந்தது, தீய விஷயங்களுக்கு நடுவிலேயும் எனக்கு எப்படி நல்லது கிடைக்குது, இதெல்லாம் தங்களுக்குப் புரியாது.”

“உன் கழுத்துல இருக்குற சிராய்ப்புக் காயம் அந்தக் கதையைச் சொல்லுமா? தீமைகளுக்கு நடுவிலும் நன்மை?”

நான் கொஞ்சம் அழுதேன். “வேறு ஆட்கள் சந்தோஷமாக இல்லாதபோது என்னாலும் சந்தோஷமாக இருக்க முடியாது” என்றேன் அவரிடம். “தங்கள் அண்ணாவைப் பற்றி தாங்கள் ஏன் நினைச்சுப் பார்க்க மாட்டேங்கிறீங்க? அவர் பிரச்சனைலே இருக்கார்.”

“அண்ணனா! அண்ணன் ஏன் கஷ்டப்படணும்? அவர் குடும்பம் நல்லாதானே போய்க்கிட்டிருக்கு.”

“என்ன பேசறீங்க? ஆம்பளங்க மானத்த விட்டுச் சொல்வாங்களா? அவர் ஏன் தங்கள நம்பி இருக்கணும்? அவர் சம்பாதிக்கிறதுக்கும் ஒரு வழி செய்வோம்.”

“அப்போ புதுசாத் தொடங்கப்போற கடை அண்ணனுக்கா? அவரால நடத்த முடியுமா?”

“தங்களால நடத்த முடியுதா, இல்லையா?”

“அதற்கு முழுக் காரணமும் நீதான். எனக்கு நீ இருக்கே, அண்ணனுக்கு யாருமில்ல” என்றார், நானே கூச்சப்படும்படி.

அவர் என் கழுத்துப் பகுதியை நன்றாகப் பார்த்தார். பின்னர் “இப்போதெல்லாம் விஷயங்களை எங்கிட்டேயிருந்து மறைக்கிறதுல நீ கைகாரியாயிட்டே” என்றார். கண்ணில் நீர் மல்க நான் சொன்னேன், “இல்லவே இல்லை. நான் எதையும் மறைக்கல்ல. ஆனால் எல்லாத்துக்கும் இடம் ஏவல் இருக்கு. சொல்லக்கூடாத இடத்தில நல்லதச் சொன்னாலும் கெட்டதாப் படும். எப்போ சொல்லணுமோ அப்போ தங்களுக்கு விஷயம் தெரியப்படுத்தப்படும். இப்போதைக்கு வேண்டாம். நேரம் வரும்போது நானே சொல்றேன்.”

பெருமூச்சு விட்டுவிட்டு அவர் சொன்னார், “சரி. நான் காத்திருக்கிறேன்.”

இரண்டாவது கடை வாங்குவதற்கான ஏற்பாடுகள் நடந்து கொண்டிருந்தபோது என் மாமியார் என்னை அழைத்து, “உன் அத்தானுக்கு ஒரு கடை வைச்சுக்குடுக்கப் போறேன்னு நினைக்கிறேன்” என்றார்.

நான் ஒன்றும் பேசாமல் புன்முறுவல் பூத்தேன். என் தலையில் தன் கையை வைத்து அவர், "உனக்கு ரொம்ப இரக்க மனசு. ஆனால் உங்கிட்ட ஒரு விஷயத்த நான் சொல்லித்தான் ஆகணும்" என்றார்.

"என்னது?"

"உன் அத்தானும் இந்த வீட்ல இருக்கற வேற ஆம்பளகளப் போல வெத்து பந்தாக்காரன். இப்போ அவனுக்குக் கஷ்டங்கள் இருக்கிறதால உங்கிட்டே இருந்து உதவி வாங்குவான். ஆனால் வாழ்நாள் பூரா அது அவன உறுத்திக்கிட்டே இருக்கும். அதுபோக, இது நீ கஷ்டப்பட்டுச் சம்பாதிச்ச பணம், வியாபாரம் சரியாப் போகலைனா எல்லாத்தையும் நீ இழக்க வேண்டி யிருக்கும்."

"எல்லாம் சரியாப் போயிடும், அம்மா."

"இப்படித்தான் நீ சொல்லிக்கிட்டே இருக்கே. இந்தக் குடும்பத்துக்காரங்க எப்படி நடப்பாங்கன்னு எனக்குத் தெரியும். எங்கிட்ட கொஞ்சம் நகையும் தங்க நாணயங்களும் இருக்கு. யாருக்கும் தெரியாம ஒளிச்சு வைச்சிருக்கேன். எங்கிட்ட இருக்கிற கடைசி சொத்து. ஆனா இப்போ அது எனக்குத் தேவைப்படல. இவ்வளவு நாள் இந்த வீணாப் போனவங்களிட்ட இருந்து காப்பாத்தியாச்சு நான். இந்த நகைகளை வித்துக் கடையை வாங்கு. நீ செஞ்சா உன் மாமனார் ஒண்ணும் தப்பா எடுத்துக்க மாட்டார்."

"எதுக்கும்மா அதெல்லாம். உங்ககிட்ட இருக்கற ஒரே சொத்து அது. இருந்துட்டுப் போகட்டும்."

"அதை வைச்சு பாதுகாக்கறதுல இனியும் அர்த்தமில்லை. எதுக்காவது அது பயன்படட்டும். அதனால ஏதாவது நல்லது நடக்கட்டும். அதை வீணாகச் செலவழிக்கக்கூடாது. அவ்வளவுதான். நீ அவனுக்குக் கடை வைச்சு குடு. ஆனால் எப்போதும் ஒரு பார்வை அதில இருக்கட்டும். நீ என்பதாலத்தான் நான் என் நகையைக் கொடுக்கறேன்."

நான் ஏதும் மறுப்பு சொல்லவில்லை. அத்தானிடம் விஷயத்தைச் சொன்னபோது அவருக்குப் பெரிய ஆசுவாசம் தோன்றியது. அவர் முகத்தில் பிரகாசமான சிரிப்பை நான் கண்டேன்.

அவர் கடையை நடத்தத் துவங்கினார். நான் தினமும் அவருக்குக் கொஞ்சம் ஆலோசனைகள் அமைதியாகவும் நாசூக்காகவும் சொல்வேன். அவரும் புலம்பாமல் எனது

ஆலோசனைகள்படி நடந்துவந்தார். கடையிலிருப்பது அவருக்குச் சந்தோஷமாகவும் இருந்தது. கடையில் எப்போதும் ரேடியோவோ டேப் ரிக்கார்டரோ பாடிக் கொண்டேயிருந்ததால் சலிப்புத் தட்டவில்லை.

வியாபாரமும் கொஞ்சம் கொஞ்சமாகச் சூடுபிடித்தது.

ஒருநாள் ஆழ்ந்த உறக்கத்திலிருந்த என்னை யாரோ எழுப்பினார்கள். "திருடன்! திருடன்! திருடங்க கதவ உடைச்சுட்டு வந்திட்டாங்க! எழுந்திரு. சட்னு எழுந்திரு. பாழாய்ப் போனவளே, எல்லாத்தையும் எடுத்துட்டுப் போகப் போறாங்க. உனக்குள்ளது என்ன போனாலும் கவலையில்லை. ஆனால் என் சாமான்கள் ஏதாவது போச்சு உன்ன உயிரோடேயே சமாதி கட்டிருவேன்."

நான் படுக்கையிலிருந்து துள்ளி எழுந்தேன். என் தலைமாட்டிலிருந்த ஜன்னலில் உண்மையிலேயே இரண்டு நிழலுருவங்கள் தெரிந்தன. அவர்கள் ஜன்னல் கம்பிகளை அறுத்துக்கொண்டிருந்தார்கள். நான் விளக்கைப் போட்டதும் மறைந்துவிட்டார்கள். நான் என் கணவரை எழுப்பினேன். ஒரே களேபரம். ஆனாலும் திருடர்கள் பிடிபடவில்லை.

என் கணவர் தூங்கப் போய்விட்டார். என்னால் தூங்க முடியவில்லை. அத்தையம்மாவின் வெள்ளைப் புடவையின் ஒரு நுனி இருட்டில் எனக்குத் தென்பட்டது.

"இப்படி கரடிமாதிரி படுத்துக்கிடக்கியே, தேவடியா, உன்னால இந்த நகைகளப் பாதுகாக்க முடியுமா முடியாதா? உன் புருஷன் மார்ல கிடக்கிற! சாவு சாவு சாவு . . . உனக்கு வெக்கமா இல்ல? எப்போதும் உனக்கு சுகிச்சிக்கிட்டிருக்கணும். ராத்திரி ஆயிடுச்சுன்னா புருஷன மயக்கிறதுக்கு தேவடியா கணக்க அலங்காரம் பண்ணிட்டு நிக்கிற. உன் உடம்பெல்லாம் கொப்பளம் வைக்காதா, உனக்கு முடக்குவாதம் வராதா, உனக்கு ஷயரோகம் வராம போகாதா. இந்தக் குடும்பத்துல உள்ள ஒரு ஆம்பிளைய நீ ஆட்டுக்குட்டியா ஆக்கிட்ட. தூ . . . தூ . . . உன் ஆசைய நான் காறித் துப்புவேன். தூ தூ தூ."

அத்தையம்மா அந்த இரவு முழுவதும் அறையைச் சுற்றிச் சுற்றி வந்து வாய்விடாமல் 'தூ தூ தூ' என்று சொல்லிக் கொண்டே இருந்தார். அவர் கடும் கோபத்திலிருந்தார். பார்க்காமலிருந்திருந்தால் திருடர்கள் நகைகளோடு கம்பி நீட்டியிருப்பார்கள்.

என்னைக் குற்றவுணர்வு பீடித்தது. ஒரு பழைய வீட்டின் கீழ்தளத்தில் நாங்கள் குடியிருக்கிறோம், நூறு பவுனுக்கு மேல்

நகையுடன். புதிதாக ஒரு வேலைக்காரனையும் சமையல்காரனை யும் அமர்த்தியிருக்கிறோம். இனி எச்சரிக்கையாக இருக்க வேண்டும்.

அடுத்த நாள் ஒரு பாதுகாப்புப் பெட்டி கொண்டுவரச் செய்தேன். அத்தையம்மாவின் நகைகள் அதனுள் சென்றன. சாவிகள் என் வசம். எங்களுக்குப் பணம் வந்துகொண்டிருந்தது. கடையில் சில நாட்கள் இருபதினாயிரத்துக்கு மேல் வியாபாரம் நடக்கும். பணப்பெட்டி அந்தப் பணத்துக்கும் பாதுகாப்பு.

திருமணமாகி நான்கு ஆண்டுகளுக்குப் பிறகு பாவத்தின் நிழல் என்மேல் கவியும் ஒரு சந்தர்ப்பம் வந்தது. அது என்னை நிலைகுலைய வைத்துவிட்டது. திறந்திருந்த வாசல்கள் ஜன்னல்கள் வழியே சூறாவளிக் காற்று புகுந்து என் அறையைப் புரட்டிப் போட்டுவிட்டது.

என் கணவருக்கு அடிக்கடி கல்கத்தா போக வேண்டி வரும். தில்லி பம்பாய்க்கும், சிலநேரம் பனாரஸ், காஞ்சிபுரத்துக்கும்கூட. எங்கள் கடை விரிவடைந்து வந்தது. ஐந்துபேர் வேலைக்கு இருந்தார்கள். நான் எதையும் அதிகமாக வாங்கிப் போடுவதில்லை. சரக்குகளை உற்பத்தியாகும் இடங்களிலிருந்தே கொண்டுவரும்படி என் கணவரிடம் சொல்வேன். அப்படி இல்லாமல் போனால் கடையில் எல்லாம் பழைய பாணி சரக்காக இருக்கும். வாடிக்கையாளருக்கு அலுத்துப் போகும். விலையும் அதிகமாக இருக்கும். மொத்த வியாபாரிகள் ஏமாற்றுப் பேர்வழிகள்.

என் கணவர் முன்புபோல் முடங்கி முடங்கிக் கிடப்பவரல்ல இப்போது. எப்போதும் சுறுசுறுப்பாகவும் எதற்கும் தயாராகவுமிருந்தார். எங்களுக்கு ஜவுளிகள் இந்தியாவின் பல பகுதிகளிலிருந்தும் வந்தன. நெசவாளர்களோடும் மில்களோடும் நேரடிக் கொள்முதலில் இறங்கினோம். இதனால் என் கணவருக்கு நிறைய பயணம் செய்ய வேண்டி வந்தது. நெடுந்தொலைவுப் பயணங்கள். இந்தச் சமயங்களில் என் மாமனார் பகலில் கடையைப் பார்த்துக்கொள்வார், மதியம் நான்.

ஒரு சந்தர்ப்பத்தில் என் கணவர் தென்னிந்தியா போயிருந்தார். ஒரு சூறாவளி இரவில் நான் தனியாக இருந்தபோது உருக்கமான குரல் ஒன்று எனக்குக் கேட்டது.

"நான் பேசுவது கேட்கிறதா?"

"கேட்கிறது."

"ஒரு இளைஞன் உன்னத் தினமும் தொடர்ந்து வருகிறானே, நீ கவனித்தாயா?"

“இல்லையே!” திடுக்கிட்டுப் போய்க் கேட்டேன். “எப்போதிருந்து என் பின்னால் வருகிறான்?”

“நடிகையே! நடிக்காதே. நீ கடையிலிருந்து திரும்பி வரும்போது தினமும் பின்னால் வருகிறானே, யார் அவன்? எனக்குத் தெரியாது என்று நினைத்துக்கொண்டிருக்கிறாயா?”

“நான் அப்படி யாரையும் கவனித்ததில்லை.”

“எவ்வளவு அருமையான பையன். அவன உள்ளப் போட்டுக்கோ. முழுங்கிடு. உன் மனதுக்குத் திருப்தியாக இருக்கும். இந்த உலகத்துல பாவம்னு ஒண்ணு இல்ல. கற்புகிற்பு எல்லாம் அபத்தம். அதையெல்லாம் ஒழிச்சுக்கட்டு. அவன உள்ளப் போட்டுக்கோ.”

என் இதயம் படபடத்தது; தொண்டை வறண்டது.

“நீ ரொம்ப அழகாக இருக்கிறாய். ஆனால் ஏன் இப்படிப் பிச்சைக்காரி கணக்கா டிரஸ் பண்ணிக்கிட்டிருக்கே? முடிய வாரறது இல்லை, நல்ல உடை போடறது இல்ல, வீட்டுக்கு வந்த மூதேவி மாதிரி இருக்க நீ. அசட்டுப் பெண்ணே, உலகத்துல உன் புருஷனத்தவிர வேறே ஆம்பிளங்களே கிடையாதா!”

“சும்மா இருங்க அத்தையம்மா. இதைக் கேட்கிறதே பாவம்.”

“ஆஹா, என்ன ஒரு கற்புக்கரசி. சதி அனுசியாவும் சாவித்திரியும் ஒன்னாச் சேர்ந்த உருவம். நீ நல்லா உன்ன அலங்கரிச்சுகிட்டாதான் என்ன? கொஞ்சம் லிப்ஸ்டிக், கண்கள்ல கொஞ்சம் மை, தலையை ஒழுங்கா கட்டி, பளிச்சுன்னு புடவை கட்டி – அப்புறம் பாரு. நீ தெருவுல நடந்துபோகும்போது ஒரே கலவரமாக இருக்கும்.”

“வெட்கக்கேடு, அத்தையம்மா.”

“வெட்கத்தை மற. அவன் அவ்வளவு பசியோடு உன்னப் பார்க்கிறான், அவன ஏன் நீ பட்டினி போடற? பாவம்னு ஒண்ணு இருக்குன்னு நீ நெனக்கிறியா? உடம்பை பட்டினி போடறதுதான் பாவம்.”

“மேற்கொண்டு எதுவும் சொல்லாதீங்க, எனக்கு எதுவும் கேக்க வேண்டாம்.”

அத்தையம்மாவின் கமுக்கமான நகைப்பொலியில் அந்த அறை நிரம்பியது. என் இதயம் பயத்தில் உறைந்தது.

அதற்கு மறுநாள் நான் கடையிலிருந்து வீடுதிரும்பிவரும் போது தெரு வெறிச்சோடியிருந்தது. சின்ன நகரத்திலுள்ள மக்கள்

இதுபோன்ற நேரத்தில் வெளியே வரத் துணியமாட்டார்கள். நான் நேராகப் பார்த்து நடந்தாலும், என் மனம் எனக்குப் பின்னாலேயே இருந்தது. யாராவது இருக்கிறார்களா? யாராவது என்னைப் பின் தொடர்கிறார்களா?

சட்டென்று நான் பின்னால் திரும்பிப் பார்த்தேன். அப்போது அவனைக் கண்டேன். பைஜாமாவும் பஞ்சாபி குர்த்தாவும் அணிந்த ஓர் உயரமான இளைஞன். தலை கலைந்திருந்தது, மெல்லிய தாடி. கடையொன்றிலிருந்து வீசிய விளக்கின் பிரகாசத்தில் அவனது முகம் நன்றாகத் தெரிந்தது. என் கணவர் அழகானவர்தான். ஆனால் ஆளை மயக்கும் அழகரல்ல. ஜமீன் தோரணை அவரிடம் தெரியும். ஆனால் இந்த இளைஞன் ஒரு கவிதையைப் போலிருந்தான். நீள்வட்டான, முயலினது போன்ற விழிகள். அழகான உதடுகள். என்மேல் விழி பதித்தவாறே அவன் மெல்ல நடந்துவந்துகொண்டிருந்தான்.

மீதி தூரத்தைக் கிட்டத்தட்ட ஓடி வீடுவந்து சேர்ந்தேன். என் இதயம் படபடவென்று அடித்துக்கொண்டது.

“அவனப் பார்த்தாயா?” நடுநிசியில் அத்தையம்மா என்னிடம் கேட்டார்.

“சீசீ, அத்தையம்மா.”

“நான் சொல்றத கேளு, இங்க வீட்ல இருக்கற மனுஷன் எப்போ வேணும்னாலும் கிடைப்பான். நாம அன்றாடம் போட்டுக்கற உடையப்போல. அதுல மோளலாம், பேளலாம். அப்புறம் தோய்ச்சு உடுத்திக்கலாம். ஆனால் இதுமாதிரி ஆண்கள் பட்டுப்புடவை மாதிரி. இவங்களையும் கொஞ்சம் முயன்று பார்க்கணும்.”

“வெட்கக் கேடு.”

“நீ ரொம்ப அழகா இருக்க, ஆனாலும் ஒரே ஒத்தனத்தான் பசியாத்தனும்னு நினைக்கிற. என்ன பொம்பிள நீ? கடவுள்களும் தேவிகளும்கூட இப்படி இல்ல. மகாபாரதத்தப் படி, உனக்கே தெரிஞ்சு போகும். ஆசை வெள்ளம் மாதிரி, எல்லாத்தையும் உடைச்சுட்டுப் போயிரும். பிடிபட்டிடாமச் செய்யணும் அவ்வளவுதான். அதுவா யாரிட்டயும் போய் தப்புச் செஞ்சேன்னு சொல்லப் போறதில்ல.”

என் கண்களில் கண்ணீர் துளிர்த்தது.

மறுநாள் என்னுடன் கடையில் வேலை பார்க்கும் ஒருவனைக் கூடவரச் சொன்னேன். நான் ஒருதடவைகூடத் திரும்பிப் பார்க்கவில்லை. இப்படி அடுத்த மூன்றுநாட்களும்

கழிந்தன. நாலாவது நாள் நான் தனியாக வீடு திரும்பினேன். பாதுகாப்புக்கு ஒரு ஆளை வைத்துக்கொண்டிருப்பது எனக்கு அதிகப்படியாகப்பட்டது. பின்தொடர்பவன் என்னை ஒன்றும் தாக்கப் போவதில்லையே; வேண்டுமென்றால் வந்துவிட்டு போகட்டும்.

சில அடிகள்தான் நடந்திருப்பேன், யாரோ என் பின்னால் இருப்பது போலத் தெரிந்தது. அவனாக இருக்குமோ?

சமயம் பார்த்து பின்னால் திரும்பினேன். அவன்தான். இன்றும் அவன் முகம் பிரகாசமாகத் தெரிந்தது. ஏன் என் இதயம் இப்படிக் குதிக்கிறது?

இல்லை, இன்று இரவு நான் ஓடிப்போகப் போவதில்லை. இதயம் படபடக்க நான் எப்போதும்போல நடைபோட்டு வீடு திரும்பினேன்.

நடு இரவில் அத்தையம்மாவின் துடிப்பான குரல் சொன்னது, "அவன் அழகாக இருக்கிறான் அல்லவா? நான் உங்கிட்டச் சொல்லலியா? எதுக்கு இந்தக் கூச்சமெல்லாம்? ஒன்றும் அவசரமில்லை. நீ அவன வசப்படுத்தணும். இடுப்ப ஆட்டி ஆட்டி நட. கவர்ச்சியா சிரி. உன் கண்கள் பேசட்டும். நீ இந்த மாதிரித் தந்திரங்கள் எதையுமே படிச்சுக்கல, முட்டாள். இங்க வீட்டுல இருக்க அசமந்தக்காரன உனக்கு உண்மையிலேயே பிடிச்சிருக்கா? அவன் ஒரு அவிச்ச முட்டை. கடவுள் உனக்கு எதற்காக இவ்வளவு தந்திருக்காரு? உங்கிட்ட அழகிருக்கு, புத்திசாலித்தனமிருக்கு, காதல் பேசற கண்களிருக்கு. நடக்கட்டும். தண்ணில இறங்கிப் பாரு எப்படியிருக்கும்னு."

"என்னைக் கொஞ்சம் தனியா இருக்க விடுவீங்களா, அத்தையம்மா? நான் உங்களுக்கு என்ன கெடுதல் பண்ணினேன்?"

"இந்தப் பக்திப் பேச்செல்லாம் வேண்டாம் வேசையே. உன்ன மாதிரி எவ்வளவோ பேரை நான் பாத்திருக்கேன்."

ஏழாவதுநாள் என்னால் இதற்கு மேலும் கட்டுப்படுத்திக் கொள்ள முடியவில்லை. நான் கடையிலிருந்து திரும்பிக்கொண்டிருந்தேன். அவன் என்னைப் பின்தொடர்கிறான் என்று தெரிந்ததுமே எனக்குக் கோபம் தலைக்கேறியது. நான் வட்டமடித்துத் திரும்பி நின்றேன். திடுக்கிட்டுபோய் அவனும் நின்றான். அவனை நோக்கி நடந்து சென்று அவனுக்கு நேராக நின்று கத்தினேன், "என்னதான் வேண்டும் உனக்கு? ஏன் தினமும் என் பின்னாலேயே வரே?"

அதிர்ச்சியில் வாயடைத்துப்போன அவன் என்னைக் கலவரத்துடன் பார்த்தான். பின்னர் தெளிவில்லாமல் எதையோ சொல்லிவிட்டு ஓட்டமாய் ஓடிப்போய்விட்டான்.

எனக்கு இருபத்தியிரண்டு வயதுதான். பருவத்தில் பூத்துக் குலுங்கி நின்றேன். ஆனால் குடும்பத்தைப் பற்றியும் எனக்கிருக்கும் பொறுப்பைப் பற்றியுமான மனக் கவலை என் இளமையை மறக்கச் செய்திருந்தது. தொண்டுக் கிழவியைப்போல உணர்ந்தேன். என் தோற்றத்தைப் பற்றியோ உடையைப் பற்றியோ நான் கவனம் எடுத்துக்கொள்ளவில்லை. என் முழு மனதும் ஒருவரைச் சுற்றியே வந்துகொண்டிருந்தது. இன்று என் வயது என்னை அழைத்ததுபோலவும் என் இளமை தூதுவிட்டதுபோலவும் இருந்தது. நான் என்னை அழகியாக உணர்ந்தேன். என் அழகு என்னிடம், "நாம் வெறுங்கையோடுதான் திரும்ப வேண்டுமா" என்று கேட்பது எனக்குக் கேட்டது.

பாதி இரவில் வந்த அத்தையம்மா, "அப்போ உனக்கு அவனப் புடிச்சிருக்கு, அப்படித்தானே?" என்று கேட்டாள்.

"இல்லை, நான் அவன திட்டி அனுப்பிட்டேன்."

கலகலவென்று நகைத்து அத்தையம்மா சொன்னார், "நல்லது செஞ்சே. முதல்ல அப்படித்தான் விலகியிருக்கணும். அப்பத்தான் அவனுக்குப் பசி கூடுதலாகும். ஆம்பளைங்க பெரும்பசிக்காரங்க. நீ பிடி குடுக்கற வரைக்கும் அவன் தத்தளிக்கட்டும். அப்புறம் கதவச் சாத்தி அவன முழுங்கிடு. பிழிஞ்சு சக்கையாப் போட்டிடு."

நான் காதுகளைப் பொத்திக்கொண்டேன்.

"இப்படிப்பட்ட பதிவிரதகள நான் எவ்வளவோ பாத்திருக் கேன். எல்லோரும் உள்ளுக்குள்ள பட்டினி கிடக்கிறவங்க. நாளைக்குப் பச்சை நிறப் பட்டுப் புடவையக் கட்டிக்கோ. அதில நீ ரொம்ப அழகா இருப்பே. நெத்தில இவ்வளவு பெரிசா குங்குமம் வேண்டாம். பார்க்கறதுக்குக் கொஞ்சம் கல்யாணமாகாத பொண்ணு மாதிரி இரு."

"அத்தையம்மா, போங்க போங்க."

"எதுக்காக நான் போகணும்? உங்க அப்பன் தயவிலயா நான் இருக்கேன்? ராதை உன்னக் காட்டிலும் பதிபக்தி உள்ளவதான். அதுக்காக கிருஷ்ணனோடு எதுவும் செய்யாம இருந்தாளா? பாவம்னா அதை அவ செய்திருப்பாளா?"

என் இதயம் பற்றியெரிவதுபோல இருந்தது. அன்றிரவு முழுவதும் சுவரைப் பார்த்தபடியே கழித்தேன். அவனுக்கு என்ன வேண்டும்? எதற்காக என்னைப் பின் தொடர்கிறான்?

அடுத்த நாளும் அவன் என்னை நிழலாகப் பின்தொடர்ந் தான். ஆனால் தொலைவாக. அவனைப் பார்த்துவிட்டேன். எனக்கு அழுகையாக வந்தது. ஏன் அவன் எனக்கு இவ்வளவு கஷ்டம் கொடுக்கிறான்? நான் அவனைத் திட்டிய பிறகும் எதற்காகத் தினமும் வருகிறான்? அவனுக்கு என்னதான் இதில் கிடைக்கிறது?

இரண்டுநாட்கள் கழித்து மழைபெய்தது. கோடை முடிந்து முதல் மழை. சாலைகள் ஈரமாக இருந்தன. குளிர்ந்த காற்று வீசியது.

மேகங்கள் பிரிந்து வானத்தில் நேர்த்தியான நிலவு வெளிப்பட்டது. எப்போதும் வரும் நிலவல்ல இன்று. ஏதோ தேவதைக் கதைகளில் வரும் நிலவைப்போல இருந்தது. இலைகளிலும் தெருக்களிலும் சின்னக் நீர்க்குழிகளிலும் அதன் ஆயிரம் வெளிச்சக் கற்றைகள்.

கடையிலிருந்து கீழிறங்கியதுமே எனக்குப் புரிந்துவிட்டது, இந்த இரவு போதையேற்றும் ஓர் இரவு என்பது. அழகு குலையாத இரவு. உணர்ச்சிகள் பொங்கும் இரவு. கட்டற்ற காற்று வீசும் இரவு. எவரும் இன்று தன்வசமிருக்கப் போவதில்லை. எல்லாமே தலைகீழாக இருக்கிறது. ஒரு ரசவாதி இந்த உலகத்தின் அம்சங்களை எல்லாம் புதுக்கி முற்றிலும் ஒரு புதிய உலகைப் படைத்திருக்கிறான். வானம் இவ்வளவு நட்சத்திரங்களை என்றாவது கொண்டிருந்திருக்கிறதா? மெல்லிய காற்றில், நிலவின் ஓர் ஒளிக்கற்றையில் எங்கோ நான் மிதப்பது போலிருந்தது.

நிதானமாகப் பின்னால் திரும்பினேன்; யாரையும் காணோம். அவன் என்னைப் பின்தொடரவில்லை. பித்துப் பிடிக்க வைக்கும் இந்த நிலவொளி நாளன்று வரவேண்டாம் என்று இருந்துவிட்டானா? இந்த இரவில் நான் அவனை எதிர்பார்த்ததுபோலத் தோன்றியது. எனக்குக் கொஞ்சம் வருத்தமாகவும் ஏமாற்றமாகவும் இருந்தது. அவனுக்கு நான் பழகிப்போயிருந்தேன் அல்லவா?

யாருமற்றத் தெருவில் எனது அதிருப்தியை முணுமுணுத்தபடி மெல்ல நடைபோட்டேன். அவசரமாக எங்கும் போயாக வேண்டியதில்லை. ரொம்ப நேரமும் ஆகிவிடவில்லை.

அவன் என் பின்னாலில்லை. எனக்கு முன்னால் இருந்தான். நான் திடுக்கிடும்படியாக அவன் திடீரென்று ஆளரவமற்ற அந்தச் சாலையில் என்னை வழிமறித்தான். உயரமான அவன்

உருவம், முயல்போன்ற கண்கள், தலைக்கு மேலே பிரமாண்டமான நிலவு. என்னையறியாமலே நான் கிறங்கிப்போய் நின்றேன். கூச்சமில்லாமல் அவனைப் பார்த்துக்கொண்டிருந்தேன். அவன் பார்வையில் ஆழ்ந்த தாபம். அவன் உதடுகளில்தான் என்னவொரு மோகம்!

அவன் கண்கள் என்னைத் துளைத்தன. எங்களிருவருக்கிடையிலும் சிறிதுநேரம் மௌனம் அலையாடிக்கொண்டிருந்தது.

திடீரென்று அவன் பேசினான். உதட்டிலிருந்து வார்த்தைகள் விழுந்தன. "நான் . . . நான் உன்ன விரும்பறேன்."

இதற்கும் மேல் அவனால் அங்கிருக்க முடியவில்லை. மனம் பதைபதைக்க அங்கிருந்து மறைந்துவிட்டான், திரியில் நெருப்பைப் பற்றவைத்துவிட்டு. எனக்கும் அவனுக்குப் பதில் சொல்ல எதுவுமில்லை. ஆனால் எனக்குள்ளிருந்த சுவர்கள் தகர்ந்தன. மலைகள் நொறுங்கின. பாதை தெளிவற்றதாயிற்று.

நான் மெல்ல அடியெடுத்து வீடு போய்ச் சேர்ந்தேன், எனக்குப் போக வேண்டிய இடம் எதுவுமில்லை, போயாக வேண்டியதில்லை என்பதைப்போல. என் வீட்டின் முன் கதவைக் கண்டுபிடிப்பதற்கே நான் பிரயத்தனப்பட வேண்டியிருந்தது. நான் வாழ்வது இங்குதானா? இதுதான் என் முகவரியா?

அன்று இரவு எனது தலையணை கண்ணீரால் நனைந்தது.

அத்தையம்மா அழுத்தமாகப் பேசினாள், "அழு, அது அழுக்குகளை நீக்கும். கடமைகள், சடங்குகள், சாதி மதம் எல்லாமே அழுக்குகள்தான். அவையெல்லாம் அடித்துச் செல்லப்படட்டும். அதன்பின்னர் நீ நதியைத் தாண்டு. அது தரும் சந்தோஷம் உனக்குத் தெரியவரும்."

"சந்தோஷமா! அத்தையம்மா எனக்குப் பற்றி எரிகிறது."

"எல்லாமே அதில் பொசுங்கிப்போகட்டும், வேண்டாதவை யெல்லாம்."

அன்றிரவும் வெற்றுவெளியைப் பார்த்தவாறே கழித்தேன். என் கண்கள் எரிந்தன.

மறுநாள் அதிகாலை நான் வாசல்கதவைத் திறந்தபோது, வாசல்படியில் யாரோ மழையில் நனைந்திருந்த, நல்ல ரத்தச் சிவப்பு ரோஜா ஒன்றைக் காம்பும் இலையுமாக வைத்துச் சென்றிருப்பதைப் பார்த்தேன். அது முழுவதும் மலர்ந்திருக்கவில்லை.

நான் ரோஜாவைக் கையிலெடுத்து என் அறையில் வைத்தேன். அது மலரட்டும். அந்த மலர் மலரட்டும்.

அவன் என்னைத் தினமும் விடாது துரத்தி வந்தான். ஒவ்வொரு நாள் காலையிலும் ரத்தச் சிவப்பு ரோஜா ஒன்றை வீட்டு வாசல்படியில் வைத்துச் சென்றான். இது என்ன பாவமா? பிணைத்திருக்கும் கட்டுக்களிலிருந்து துண்டித்துக்கொண்டு எனது படகு கட்டற்ற நீரோட்டத்தில் சென்றுகொண்டிருக்கிறதா? பின்னர் ஒருநாள் அதிகாலையில் பயணத்தில் களைத்துப் போய் என் கணவர் வீடு வந்து சேர்ந்தார். கதவைத் திறந்தவள் அவரைப் பார்த்த வியப்பில், "வந்துவிட்டீர்களா ஒருவழியாக! என்னைத் தனியா விட்டுவிட்டு இவ்வளவு நாள் எங்க போயிட்டீங்க?" என்றேன்.

கண்ணீர் பொங்க நான் என் தலையை அவரது மார்பில் மீண்டும் மீண்டும் முட்டினேன்.

என்னைச் சுற்றி அணைத்தபடி அவர் கேட்டார், "என்ன இதெல்லாம்? அழாதே. நான் வேலையாப் போயிருக்கேன்னு உனக்குத் தெரியும்தானே?"

"இனிமேல என்னைத் தனியாவிட்டுட்டு எங்கேயும் போகாதீங்க."

ரத்தச் சிவப்பு ரோஜா அன்றும் வாசல்படியிலிருந்தது. அது இருப்பது தெரியாமல் என் கணவர் வீட்டுக்குள் வரும்போது காலால் மிதித்து நசுக்கியிருந்தார்.

நான் அன்று மலரை எடுக்கவில்லை.

அன்றிரவு நான் படுக்கைக்குப் புதிய விரிப்பை விரித்து, தலையணைகளைத் தட்டிப் போட்டு, பூவிதழ்கள் தூவிவைத்தேன். கொஞ்சம் வாசனைத் திரவியமும் தெளித்தேன்.

உறங்க வந்த அவர், "என்ன இது முதலிரவைப் போல இருக்கு?" என்றார்.

நான் அவரைப் பேராவலோடு தழுவினேன். என்ன சொல்வதென்று தெரியாமல் நான், "எனக்குத் தாருங்கள்" என்றேன்.

"என்ன இதெல்லாம் லதா? என்னிடமிருப்பவை எல்லாமே உனக்குத்தான் என்று உனக்குத் தெரியுமே?"

"எனக்கு தாங்கள் இன்னும் அதிகமாக வேண்டும். அதிகமாக தாருங்கள் தங்களை எனக்கு."

பொறுமையற்ற ஒரு குரல் அந்த அறை முழுவதும் ஒலித்தது. "ஆக நீ கோட்டைத் தாண்டவில்லை? கிடைத்ததை

அனுபவிக்கவில்லை? காலரா வந்தோ, டைபாய்ட் வந்தோ சாவு நீ. நான் பாம்பா மாறி உன் புருஷனைக் கொத்தப் போறேன். செத்துப் போ, செத்துப்போ."

நான் என் கணவரைப் படுக்கைக்கு இழுத்தேன். என்னால் இனி மேலும் தாமதிக்க முடியாது. என் கண்களில் கண்ணீர் வடிந்துகொண்டே இருக்கிறது. என் நெஞ்சம் பற்றி எரிகிறது.

அந்தக் குரல் என்னைச் சபித்துக்கொண்டே இருந்தது, "எடுத்துக்கோ அவன எடுத்துக்கோ, எடுத்துக்கோ . . .

கண்களை மூடிக்கொண்டு, என் கணவரை இறுக அணைத்து அவர் உதடுகளில் என் உதட்டைப் பதித்தேன். எனக்குள் நான் சொல்லிக்கொண்டேன், "மோகமே, அமைதிகொள். படபடக்கும் என் இதயமே சற்று நிதானம்கொள். புதிதாகப் பிறந்து வாருங்கள். எங்களிடையே புதிதாகப் பிறந்து வாருங்கள். உங்கள் வலிகள் மறையட்டும், உங்கள் தாபங்கள் அடங்கட்டும் . . ."

ஒரு குரல் படுக்கையைச் சுற்றிச் சுற்றி வந்தது, "அவன எடுத்துக்கோ, எடுத்துக்கோ, எடுத்துக்கோ . . ."

நான் சொன்னேன், "உங்கள் நெஞ்சிலுள்ள கனல் அடங்கட்டும், உங்கள் ஆசையின் வேதனை அமைதி கொள்ளட்டும், நீங்கள் அடக்கிவைத்திருந்த உடலாசைகள் எல்லாம் நிறைவேறட்டும். பேரமைதி நிலவட்டும். இது நீங்கள் பிறக்கும் தருணம். அமைதிகொள்ளுங்கள், இது ஒரு அழகான தருணம். என் கைகளை நிரப்புங்கள், இதயத்தை நிரப்புங்கள். பிறந்து வாருங்கள், பிறந்து வாருங்கள், பிறந்து வாருங்கள்."

அந்தக் குரல் மறைந்துவிட்டது. எப்போதைக்குமாக. எங்கள் போகம் உச்சத்தையடைந்தது.

ஒன்பது மாதங்களுக்குப் பிறகு நான் ஒரு பெண் குழந்தையைப் பெற்றெடுத்தேன். அவள் வசந்த காலத்தில் பிறந்தாள். நாங்கள் அவளை வசந்தா என்றழைத்தோம்.

வீட்டில் அத்தையம்மாவின் சுவடு எங்குமில்லை. எந்தச் சலனமுமில்லை. அமைதி. அழுத்தாத அமைதி.

எனக்கு வசந்தாவைப் பார்த்துப் பார்த்துத் தீரவில்லை. அவள் தன் படுக்கையில் ஓர் மலர் கொத்தைப்போலப் படுத்திருப்பாள். அவ்வளவு அழகு. அவளைக் கட்டியணைத்து முத்தமிட்டு நான் சிலநேரம் கேட்பதுண்டு. "என்னை உனக்குத் தெரிகிறதா? உனக்கு இந்த வீட்டை அடையாளம் தெரிகிறதா? ஏதாவது உனக்கு ஞாபகம் வருகிறதா?"

குழந்தை எதுவும் புரியாமல் என்னைப் பார்க்கும்.

அந்தக் குடும்பத்தில் மிக நீண்ட காலத்துக்குப் பிறகு ஒரு குழந்தை பிறந்திருக்கிறது. அவளை வைத்துக்கொள்வதற்கு அங்கிருப்பவர்களிடையே ஓரே சண்டை. என் மாமியார் பூஜைபுனஸ்காரங்களை விட்டுவிட்டு நாள்முழுவதும் பேத்தியோடு செலவிட்டார். மாமனார் கடைக்குப் போவதை அடிக்கடித் தவிர்த்தார். எப்போதாவதுதான் படியிறங்கி வரும் அவரது அண்ணன்கூட அடிக்கடி ரேழிக்கு வர ஆரம்பித்தார். என் அத்தானுக்கும் குழந்தை ரொம்பவும் பிடித்துப் போயிற்று. அறை முழுதும் பொம்மைகளாக வாங்கிக் குவித்தார். வசந்தா ஒருவர் மாற்றி ஒருவர் என்று எவரது கைகளிலாவது இருந்தாள். அவளைக் கீழே இறக்க யாருக்கும் மனம் வராததால் அவளுக்குத் தவழத் தெரியாமல் போய், ரொம்ப நாட்கள் கழித்துதான் நடக்கத் துவங்கினாள்.

இவ்வளவு நடந்துகொண்டிருந்தபோதும் என் ஓரகத்தி குழந்தையைப் பார்க்கவில்லை. அவளால் படியிறங்கி வரமுடியவில்லை. மூட்டுவலியும் ரத்தக் கொதிப்பும் பிற நோய்களும் அவளை முடக்கிப் போட்டுவிட்டன.

ஒருநாள் மதியம். வசந்தா தத்தித்தத்தி நடக்க ஆரம்பித் திருந்த பொழுது. எல்லோர் கண்களையும் தப்பி மாடிப்படி ஏறிவிட்டாள். ஓரகத்தியின் வாசலருகில் கால்கள் தள்ளாட, விரலைச் சூப்பிக்கொண்டு, ஆச்சரியத்துடன் அவளைப் பார்த்தபடி நின்றாள்.

வசந்தாவைக் கண்டுவிட்ட என் ஓரகத்தி உரக்கக் கத்தினாள், “யாரங்கே? யாரிது?”

அந்தக் குழந்தை மந்திரக்காரியின் மகள் என்பதைப் புரிந்துகொள்ள அவளுக்குச் சிறிது நேரம் பிடித்தது. படுக்கை யிலிருந்தவாறே குழந்தையிடம் கையைக் காட்டி விரட்டினாள், “போ, போயிரு இங்கிருந்து.”

ஒருவருக்குத் தங்களைப் பிடிக்கவில்லை என்பது குழந்தை களுக்குத் தெளிவாகப் புரிந்துவிடும். பயந்துபோய் குழந்தை திரும்பி நடந்தது. ஆனால் கால்தவறிப் படியில் உருளத் துவங்கியது.

என் ஓரகத்திக்கு எங்கிருந்துதான் அவ்வளவு சக்தி வந்ததோ? படுக்கையிலிருந்து பறந்து வந்து படிக்கட்டில் ஓடி இறங்கிக் குழந்தையைத் தூக்கினாள். குழந்தை வலியால் துடித்தது.

சத்தம் கேட்டு எச்சரிக்கையடைந்து வேலைக்காரன் மேலே சென்றபோது என் ஓரகத்தி குழந்தையைக் கையில்

வைத்துக்கொண்டு அழுதபடியே குழந்தைக்கு அடிபட்ட இடங்களில் நீவிவிட்டுக்கொண்டிருந்தாள்.

நான் அப்போது வீட்டில் இல்லை. மதியம் வீட்டிற்கு வந்தபோதுதான் என் மாமியார் சொல்லி விஷயம் தெரிந்தது. வருத்தமும் குற்றவுணர்ச்சியும் மேலிட அவர், “சரியான சேட்டைக்காரி. குளிச்சிட்டு வந்துருவோமேன்னு போனேன். அதுக்குள்ள மாடிக்குப் போய்ட்டா. அப்புறம் . . .” என்றார்.

“அக்கா அறையிலா இருக்கிறாள்?” பயமும் பதற்றமுமாகக் கேட்டேன்.

“ஆமாம், அங்கேதான் இருக்கிறாள். என்ன நடக்கிறதென்று யாருக்குத் தெரியும்? உங்க அக்கா மனசு பூரா விஷம். வேலைக்காரனை அனுப்பிக் குழந்தையைக் கூட்டி வரச் சொல்.”

சிறுநேரம் அமைதியாக இருந்துவிட்டு நான் சொன்னேன், “இருந்துவிட்டுப் போகட்டும் அம்மா.”

சமையல்காரன் வந்து, “பெரிய மருமக குழந்தைக்குக் குடுக்கக் கொஞ்சம் சோறு கேக்கிறாங்க. கொண்டு போகட்டுமா” என்று கேட்டான்.

“கொண்டு போங்க” என்றேன் அவனிடம்.

அதன்பிறகு வசந்தா தன் பெரியம்மாவைப் பார்க்க தினமும் படியேறிப் போவாள். அந்தக் குடும்பத்தில் அவள் வென்றெடுக்காதவர் யாருமில்லை.

நானும் அவளும் தனியாக இருக்கும்போது அவள் முகத்தில் நான் சில குறிப்புகளைத் தேடுவேன், “நகைப் பெட்டி உங்களுக்கு ஞாபகம் இருக்கா?” நான் கேட்பேன். “உங்கள் வலிகள், கஷ்டங்கள் ஞாபகமிருக்கா? இதில ஏதாவது ஞாபகமிருக்கா?”

குழந்தை மழலையாகச் சொல்லும் பதில் என்னவென்று எனக்குப் புரியாது.

வசந்தா

இரண்டாவது மாடி எப்படி வெறிச்சோடிக் கிடக்கும் என்பதை என்னால் விவரிக்க முடியாது. நான் மூன்று பெரிய அறைகளை எடுத்துக் கொண்டிருந்தேன். என் அம்மாவுக்கு நான் இங்கே தனியாக இருப்பதில் இஷ்டமில்லை. மொட்டை மாடியும் இந்த மூன்று பெரிய அறைகளும் ரொம்ப காலம் ஆளற்று இருந்தன. அவ்வப்போது இவற்றைத் திறந்து பெருக்கிச் சுத்தம்செய்து பின்னர் பூட்டு போட்டுவிடுவார்கள். நான் அங்கே போகிறேன் என்று வற்புறுத்தினேன்.

அவர்கள் என்னைத் தடுத்துப் பார்த்தார்கள்; திட்டக்கூடச் செய்தார்கள். எப்படியோ ஒருவழியாக இந்த மூன்று அறைகள் கொண்ட இரண்டாவது மாடி ராஜியம் என் கைவசம் வந்தது. அம்மாவும் பெரியம்மாவும் எனக்குப் பயமாக இருக்கும் என்று எண்ணி முதல் நாள் இரவு என்னுடன் தங்கினார்கள். ஆனால் எனக்குப் பயமே தோன்றவில்லை. தனியாக இருப்பது எனக்குப் பிடித்தது. நாள்முழுவதும் இந்த மூன்று அறைகள், மொட்டை மாடி இவற்றின் ஊடாக ஒரு விநோதமான வெறுமை வீசிக்கொண்டிருக்கும். காற்று அல்ல, யாருமறியாத வேறு ஏதோ ஒன்று இந்த அறைகளினூடாக சீழ்கையடித்துச் செல்லும்.

அந்தத் தளம் முழுவதும் பர்னிச்சர்களால் நிறைந்திருந்தது. ஒரு பிரமாண்டமான கனத்த கட்டில், பெரிய பெரிய அலமாரிகள், சலவைக்கல் பதித்த ஒரு மேஜை; பெரிய பெண்டுலக் கடிகாரம்

ஒன்று சுவரில். ஒரு கண்ணாடித் தடுக்கில் பொம்மைகள் அடுக்கி வைக்கப்பட்டிருந்தன. இவையெல்லாம் நான் பிறப்பதற்கும் முன்பே இறந்துபோன எனது அத்தைப் பாட்டியின் சொத்துகள். எவ்வளவு பரிதாபமான வாழ்க்கை அவருக்கு. ஏழு வயதில் திருமணம், பன்னிரெண்டு வயதில் விதவை. அந்தக் காலத்தில் நான் பிறக்காமல் போனது எவ்வளவு பாக்கியம். கடவுளே, என்ன கொடுமையான அமைப்பு? பெண்கள் விடுதலைக்காகக் கலகம் செய்துகொண்டிருந்தார்கள் என்பதில் வியப்பதற்கு எதுவுமில்லை.

என் சிநேகிதிகள் சிலசமயம் என்னைப் பார்க்க வருவார்கள். இவ்வளவு பிரமாண்டமான இடத்தில் நான் வசிப்பது அவர்களுக்கு வியப்பாக இருக்கும். சிலருக்கு என்மேல் பொறாமைகூட உண்டு. வேறு சிலர், “கடவுளே, இவ்வளவு பெரிய இடத்தில் நான் மட்டும் தனியாக இருந்தேன்னா பயத்திலேயே செத்துப் போயிடுவேன். நீ எப்படி இருக்கே? உண்மையிலேயே நீ துணிச்சல்காரிதான்” என்பார்கள்.

அன்று ஒரு இரவில் ஒரு பெரிய அரட்டைக் கச்சேரி நடந்தது. திடீரென்று சஞ்சல் சொன்னாள், “வசந்தா, உன்ன யாராவது கடத்திட்டுப் போயிறப் போறாங்க.”

நான் ஆச்சரியத்துடன் கேட்டேன், “கடத்திட்டுப் போறதா? யாரு கடத்திட்டுப் போகப் போறாங்க?”

“நேற்று இரவு எனக்குத் திடீரென்று தோன்றியது. அடக்கடவுளே. வசந்தா கடத்திட்டுப் போறதுக்குச் சரியான ஆள். அவள்ட நிறைய பணம் இருக்கு, வீட்டுக்காரங்க எல்லோருக்கும் செல்லம். இப்போ இருக்குற நிலைமைலே ரௌடீங்க ரொம்ப சுலபமா வசந்தாவைக் கடத்திட்டுப் போயிருவாங்க.”

இந்திராணி சொன்னாள்,“யாரும் அவளக் கடத்த மாட்டாங்க. அபாயம் வேறுவிதமாக வரப்போகுது.”

“எங்கிருந்து?”

“அவளக் கல்யாணம் பண்ணப் போறவங்களுக்கு ஒரு குட்டி ராஜியம் கிடைக்கும், சரிதானே? அதனால் நிறைய பேரு அவளப் பெண் கேட்டு வருவாங்க.”

அவள் சொன்னது உண்மைதான். என் பெரியப்பாவுக்குக் குழந்தையில்லை. என் அப்பா அம்மாவுக்கு நான் ஒரே குழந்தை. எல்லாமே எனக்குதான் வரப்போகிறது.

திலக் சொன்னான், “சும்மா இல்ல டிகேசி இவளக் கல்யாணம் பண்ண விரும்பினது. வசந்தா உண்மையிலேயே நீ ரொம்ப கவனமா இருக்கணும்.”

அவன் அப்படி தோரணையில் பேசியது எங்களுக்குச் சிரிப்பை வரவழைத்தது. "ஒதை வேணுமா உனக்கு? எல்லோரும் என்னை கல்யாணம் பண்ணிக்கக் கேட்கிறது, என் சொத்துக்காக மட்டும்தானா, வேறெதுக்காகவும் இல்லையா?" என்றேன் நான்.

"ஒங்கிட்ட எல்லாமே அதிகப் படியாத்தான் இருக்கு, உண்மையத்தான் சொல்றேன்" என்றான் ஜினுக். "கடவுள் உனக்கு நல்லதே செய்வார்." பாசு உணர்ச்சிவசப்படாமல் சொன்னான், "வசந்தா அழகிதான், சரி; ஆனால் காவியக் கால அழகு இன்னைக்கு எடுபடாது."

நான் வியப்போடு கேட்டேன், "நான் ஒன்றுக்கும் உதவாதவ என்கிறாயா?" "அப்படிச் சொல்லல நான்" பாசு அறிவாளிபோல பேசினான், "ஆனா இந்த மேட்டுக்குடிக் காரங்களோட பாதாம் கண்கள், திரண்ட கன்னங்கள், சுருட்டை முடி இதற்கெல்லாம் இப்போ மதிப்பு கிடையாது. ரசனை மாறி விட்டது. சினிமாக்கள்ல நீ பாக்கலியா, தூக்கலான தாடை, குழிவிழுந்த கண்கள், சதைப்பற்றிலாத கன்னங்கள் இருக்கிற பெண்கள்தான் இப்போ எல்லாம் சினிமால ஹீரோயின்களாக வராங்க."

திலக் எரிச்சலடைந்து சொன்னான், "போதும் விடு. மனுஷங்களோட தோற்றத்தைப் பற்றிப் பேசுவது நம்ம கௌரவத்துக்கு இழுக்கு. அழகு எல்லாம் தோளோடு முடிஞ்சுபோயிரும். ஆளுமைதான் முக்கியம்."

மனதுக்குள் நான் இந்த வம்பளப்பிலிருந்து ஒதுங்கி என்னைப் பற்றிச் சிந்தித்தேன். ஏன் என்னிடம் எல்லாம் அதிகப்படியாகவே இருக்கின்றன. பணம், தோற்றம், அன்பு செலுத்தும் குடும்பம், நண்பர்கள் என? சிலநேரம் எனக்கு அலுப்பாக இருக்கும். என் முழுக் குடும்பத்துக்குமே என்மேல்தான் கண். எனக்கு இரண்டு தாத்தாமார். என் அப்பாவின் அப்பாவும் பெரியப்பாவும். என்னைக் குட்டிச் சுவராக்கியது இவர்கள்தான். இரண்டுபேரும் ஒரு வருட இடைவெளியில் அடுத்தடுத்துத் தவறிப்போனார்கள். ஆனாலும் மற்றவர்களிட மிருந்தும் எனக்கு அன்புக்குக் குறைவில்லை.

அம்மா மட்டும்தான் நான் தனித்துவைத்துப் பார்க்கக் கூடியவள். அவளுக்கு என் மேல் உள்ள பிரியத்திற்கு அளவில்லை, ஆனாலும் செல்லம் கொடுக்க மாட்டாள். என் அம்மா ஒரு விநோதமான மனுஷி, உண்மையிலேயே. எங்கள் இருவருக்குமிடையே பொருந்திப் போகும் விஷயம் எதுவுமே இல்லை.

என் சிநேகிதிகள்கூடச் சொல்வார்கள் "உங்க அம்மா ரொம்ப வித்தியாசமானவங்கதான். பாரு அவங்க புருஷன எப்படி கவனிச்சுக்கிறாங்க."

என் சிநேகிதிகள் யாருக்கும் இதுபோல அந்நியோன்ய மான பெற்றோர்கள் கிடையாது என்பது உண்மை. அம்மாவுக்கு அப்பாமேல் அவ்வளவு பக்தி, அவ்வளவு மரியாதை. என்னால் எல்லாம் இப்படி இருக்கவே முடியாது. என்றாலும் இந்தப் பழைய காலத்து மனுஷி இந்தக் குடும்பத்தைப் பிசிறில்லாமல் நடத்தி வருகிறாள். அவளது முயற்சியாலும் திறமையாலும்தான் எங்களால் இரண்டு கடைகளை வாங்கி நடத்த முடிந்தது என்று கேள்விப்பட்டிருக்கிறேன். இன்று நாங்கள் இவ்வளவு வசதியோடு இருப்பதுக்குக் காரணம் அவளது முன்யோசனைதான். எல்லோருமே சொல்லுவார்கள். இந்தக் குடும்பத்தைச் சீரழிவிலிருந்து காப்பாற்றி நிலைநிற்க வைத்தது அவள்தான்.

அம்மா அப்பாவைப் பழையகாலத்துப் பாணியில் அழைப்பதை என் சிறுவயது முதலே கேட்டுவருவதால் எனக்கு அது விநோதமாகப் படுவதில்லை. ஆனால் என் நண்பர்கள் காதுகளில் அது விகாரமாக ஒலிக்கிறது. அவர்கள் என்னிடம் கேட்பதுண்டு, "உங்க அம்மா அப்பாவ எதுக்கு இப்படி 'தாங்கள்'ன்னு கூப்பிடுறாங்க?"

எனக்கு வெட்கமாக இருந்தது அப்போது. பின்னர் அம்மாவிடம், "அப்பாவை ஏன் நீ தாங்கள்ன்னு கூப்பிடுகிறாய்?" என்று கேட்டேன். அவள் சொன்னாள் "அவர் வயசுல என்ன விட மூத்தவர். அதனால தாங்கள்னு கூப்பிடறதுதான் இயல்பா இருக்கு. அதுல தவறு எதுவுமில்லை."

"எல்லோரும் அவங்க புருஷனை இப்படித்தான் கூப்பிடணுமா?"

"அவசியமில்லை. அவங்களுக்கு என்ன விருப்பமோ அப்படிக் கூப்பிடட்டும். ஆனால் அவருக்கு மரியாதை செய்யறதிலேயிருந்துதான் எனக்கு சக்தி கிடைக்குது. அப்படியில் லேன்னா எல்லாம் எப்படி எப்படியோ போயிருக்கும்."

எனக்கு இது புரியவில்லை. ஆனால் அம்மாவிடம் மேற்கொண்டு கேள்விகள் எதுவும் கேட்கவில்லை. இந்த வீடு இன்னமும் பழைய ஜமீன் காலத்திலேயே இருக்கிறது. வெளியுலகம் மிக வேகமாக மாறிக்கொண்டிருக்கிறது.

இன்று காலை நான் கண்விழித்தபோது குளிர்காலத்துச் சூரியன் கிழக்குப் பக்கத்து ஜன்னல் வழியாக அறை முழுவதும்

பரவியிருந்தது. நேரம் பகலாகியிருந்தது. ஆனாலும் என் தலை முழுவதும் நேற்றைய இரவின் நிலவொளியும் தனிமையும் இன்னமும் நிரம்பியிருந்தன.

பல்லைத் தேய்த்துவிட்டு நான் கீழே இறங்கப் போகும்போது பெரியம்மா மாடிப்படியில் ஏறி வருவதைப் பார்த்தேன். மூட்டுவலியால் அவருக்கு ஏறுவது சிரமமாக இருந்தது. மூச்சிரைத்தது.

"எதுக்குப் பெரியம்மா நீங்கள் மாடியேறி வருகிறீர்கள்? கூப்பிட்டா போதாதா?" என்றேன் நான்.

"நேத்து ராத்திரி அந்த சட்டர்ஜி வீட்டு பெண்ணிட்ட சத்தமா துரையம்மா என்ன சொல்லிட்டிருந்தே?"

நான் நகைத்தேன். "அப்படிப் பேசினதுல எனக்குச் சந்தோஷம்தான். எதுக்காக அவங்க அவளைக் கொடுமைப் படுத்துறாங்க?"

"மத்தவங்க விஷயத்துல நீ எதுக்குத் தலையிடறே? அவங்களோடு சண்டபோடணும்னு ஆசையா உனக்கு? நீ கத்தினது அக்கம்பக்கத்தவங்க எல்லோருக்கும் கேட்டிருக்கும். இனி இப்படிச் செய்யாதே."

"உண்மையில எனக்கு என் நண்பர்களையெல்லாம் கூட்டிக்கிட்டு போய் அந்த வீட்டைத் தாக்கணும்கிறதுதான் ஆசை."

"நீ செஞ்சாலும் செய்வே. உன்னால முடியாதது எதுவுமில்லை. நேத்திக்கு ராத்திரி ஒரு வண்டியைத் தள்ளினேன்னு கேள்விப்பட்டேன்."

"வண்டியை மட்டும் தள்ளிருக்காட்டி நாங்க ராத்திரி பூரா ரோட்லேயே கிடந்திருக்க வேண்டியதுதான்."

பெரியம்மாவின் கண்கள் விரிந்தன. "அடுத்தது என்ன செய்யறதா உத்தேசம்? பெண்கள் வண்டி தள்ளி நான் கேள்விப்பட்டதே இல்லை."

"என்ன நாங்க உங்க காலத்துல இருக்கோம்னு நினைச்சுக்கிட்டிருக்கீங்களா பெரியம்மா? இன்னிக்குப் பெண்கள் எது வேண்டுமானாலும் செய்யலாம்."

"என்னத்த வேணுமானாலும் செய், எல்லாத்தையும் செய். ஆனால் பெண்ணா மாத்திரம் இல்லாம போயிறாதே. ஆம்பிளயா மாறிடாதே. இப்பப் போற போக்கப் பார்த்தா பொம்பளைங்க மீசைதாடி வளக்காம இருந்தால் பெருசு."

என்னால் சிரிப்பைக் கட்டுப்படுத்த முடியவில்லை. "என்ன சொல்றீங்க பெரியம்மா! உங்களுக்கு இந்தக்காலப் பெண்கள் மேல பொறாமை, அப்படித்தானே?"

"உண்மைதான், கொஞ்சம்." பெரியம்மா தன் புடவை முந்தானையிலிருந்து ஒரு சிறிய கோப்பையை வெளியே எடுத்து என்னிடம் நீட்டினார். "சாப்பிடு. உனக்காகத்தான் செஞ்சேன்."

கோகுல் பித்தே. வெல்லமும் தேங்காயும் சேர்த்த, எனக்குப் பிடிக்காத பண்டம். நான் மூக்கைச் சுளித்தேன். பெரியம்மாவிடம் இதைச் சொல்லமுடியாது. "நான் பூசணிக்காய் மாதிரி ஆகிறவரைக்கும் இத விடமாட்டீங்க" என்று மட்டும்தான் என்னால் சொல்ல முடிந்தது.

"ஓ! கேளுங்க இவ சொல்றத. நீ ஏன் பூசணிக்காய் மாதிரி ஆகணும்?"

"நான் அப்படி ஆகத்தான் போறேன். இந்த ஸ்வீட்ஸ்ல எவ்வளவு கலோரி இருக்குன்னு உங்களுக்குத் தெரியுமா?"

"அதையெல்லாம் பத்தி நான் கேள்விப்பட்டதே இல்லை. சாப்பிடு இப்போ. குளிர்காலத்துல இதச் சாப்பிடணும். விசேஷம்."

"எனக்கு என்ன பிடிக்கும்னு உங்களுக்குத் தெரியும்தானே?"

"நல்லாத் தெரியும். கோபால் கடையில கிடைக்குதே புழுமாதிரி நெளியறதும் மசாலா சமோசாவும். நீ இப்படி எலும்பும் தோலுமா ஏன் போகமாட்டே?"

"இப்போ எலும்புக் கூடுகளுக்கு ரொம்ப கிராக்கி. நான் வாயைத் திறக்கிறேன், போட்டுவிடுங்க. இந்தச் சக்கரப் பாக நான் கையாலத் தொட மாட்டேன். கையெல்லாம் பிசுபிசுன்னு ஆயிரும்."

"நல்லா திற. சூடா இருக்கு. பத்திரம்."

உண்மையைச் சொல்லப் போனால் எனக்கு அம்மாவைக் காட்டிலும் பெரியம்மாவிடமே அதிக நெருக்கம். பெரியம்மா ஒரு திறந்த புத்தகம். அவர் எதையும் மறைத்துவைப்பதில்லை. எனக்கு வலிந்து ஊட்டுவதும் நான் ஒல்லியாக இருப்பதற்கு எதிரான அவரது அறிவுரைகளும் பெண்ணியவாதத்துக்கு அவரது எதிர்ப்பும்கூட என்மீதான அன்பின் வெளிப்பாடுகளே. ஆனாலும் நான் அவரிடம் எப்படியும் காரியம் சாதித்துவிடுவேன். எது நான் கேட்டாலும் கிடைத்துவிடும்.

பெரியப்பா ஒன்றரை வருடங்களுக்கும் முன்னால் ஒரு ஸ்கூட்டர் வாங்கிக்கொண்டு வந்தபோது என் பெரியம்மா

அத்தைக்கு மரணமில்லை

மயங்கி விழாத குறைதான். அவரோடு பயங்கரமாகச் சண்டைபோட்டார். அவர் வாழ்க்கையில் அப்படியொரு பொருளைப் பார்த்ததேயில்லை. இப்போதோ அவர் அதில் என் பின்னால் உட்கார்ந்து வருகிறார்.

பெரியம்மா சொல்லுவதுண்டு, "உண்மையிலேயே நீ ஆம்பளயா பொறக்க வேண்டியவ. தப்பிப் பொண்ணாப் பொறந்திட்டே."

பெரியம்மாவிற்கு என்னிடம் எவ்வளவு பெண்மை இருக்கிறது என்பது தெரியாது. அவருக்கு வேண்டுமானால் பெண்ணாக இருப்பதில் வருத்தமிருக்கலாம், எனக்குத் துளிகூடக் கிடையாது. பெண்ணாகப் பிறந்ததில் எனக்குச் சந்தோஷம்தான். மறுபிறவி என்றிருக்குமானால் நான் ஒவ்வொரு பிறவியிலும் பெண்ணாகவே பிறக்க விரும்புகிறேன். பெண்களுக்கானதாகவே உலகம் இருக்க வேண்டும் என்பது என் ஆசை. ஆண்களின் அவசியமில்லை. பெண்கள் மட்டுமே இருக்கும் உலகம்தான் எவ்வளவு அழகாக இருக்கும். ஆனால், இல்லை இல்லை, அப்பாவும் பெரியப்பாவும் என் இரண்டு தாத்தாக்களும் வேண்டும். இந்த நான்கு பேர் மட்டுமே இந்த உலகத்தில் ஆண்களாக இருக்கவேண்டும். அப்பா, பெரியப்பா, இரண்டு தாத்தாக்கள். வேறு யாரும் வேண்டாம்.

இன்று விடுமுறை நாள். எனக்கு ஏராளம் வேலைகள் இருக்கின்றன. பாட்டு வகுப்புப் போக வேண்டும். சபரி வீட்டிற்குப் போய் அறிவியல் நோட்டுகள் வாங்க வேண்டும், அப்புறம் சுமிதா வீட்டிற்குப் போய் அவள் எனக்காகப் பின்னிக்கொண் டிருக்கும் ஸ்வெட்டரின் டிசைனில் கொஞ்சம் மாற்றம் செய்யச் சொல்ல வேண்டும்.

நான் கீழே இறங்கியதுமே அம்மா சொன்னாள் "வசந்தா, காலை உணவு சாப்பிட்ட பிறகு என் ரூமுக்கு வந்துட்டுப் போ." அவள் குரலில் கடுமை தொனித்தது. என் அம்மா கொஞ்சம் கடுமையானவள்தான்.

அம்மாவின் அறை இருட்டாகவும் அடைசலாகவும் பயங்கரமாக இருந்தது. டிரங்குப்பெட்டிகளும் அலமாரிகளும் வேறு என்னென்னவெல்லாமோ அடைந்துகிடந்தன. பெரியம்மா படுக்கையில் அமர்ந்து காலாட்டிக்கொண்டிருந்தார். அம்மா பணப்பெட்டி முன்னால் நின்றுகொண்டிருந்தாள். ஒரு பெரிய நகைப்பெட்டி அவள் எதிரே தரையில் இருந்தது.

"கதவை அடைச்சிட்டு இங்க வா."

நான் கதவை அடைத்துவிட்டு நின்றுகொண்டிருந்தேன்.

அம்மா என்னை ஒரு மாதிரியாகப் பார்த்தாள்.

“உன்னால் இந்தப் பெட்டியை ஞாபகப்படுத்திப் பார்க்க முடியுதா? உனக்கு ஏதாவது நினைவிருக்கா?”

நான் தலையை அசைத்தேன், “இல்லை. என்னது நினைவிருக்கா?”

“இந்தப் பெட்டி உன்னுடையது.”

நான் வெறுப்படைந்தேன், “எனக்குத் தெரியாது.”

“இந்தப் பிறவியில் தெரியாமல் போயிருக்கலாம்.”

அம்மாவை நான் வியப்புடன் பார்த்தேன். என் அம்மா எப்போதுமே அறிவுபூர்வமாக பேசுபவள். அர்த்தமில்லாதவற்றை அவள் பேசி நான் கேட்டதே இல்லை. இப்போது அவள் சொல்வதற்கு என்ன அர்த்தம்?

“வேறு பிறவின்னு சொல்றீங்களா?”

பெரியம்மா எரிச்சலுடன் அம்மாவிடம் சொன்னார், “உனக்கு என்னதான் சொல்லணும்னு தெரியாதா? நீ ஒரு முட்டாள்.”

அம்மா பெட்டியின் மூடியைத் திறந்தாள்.

“உள்ளே பார். எல்லாம் சரியா இருக்கான்னு பாத்துக்கோ.”

அந்தப் பெட்டி முழுவதும் பழையகாலத்துக் கனமான நகைகள் இருந்தன. எனக்கு அவற்றை எடுத்துத் தூரப் போட வேண்டும் என்று தோன்றியது. அருவருப்பான சமாச்சாரங்கள்.

“இதில் சரிபார்க்க ஒன்றுமில்லை” என்றேன்.

“பழைய காலத்து ஆபரணங்கள்.”

“நூறு பவுனுக்கும் மேலே இருக்குமே தவிர குறையாது.”

“இதெல்லாம் எங்கிட்டே ஏன் காண்பிச்சுக்கிட்டு இருக்கீங்க? எங்கிட்ட தேவையான நகைங்க இருக்கு. அதுல ஏதாவது நான் போட்டு நீங்க பாத்திருக்கீங்களா? எனக்கு நகைன்னாலே வெறுப்பு.”

“தர வேண்டியது என் பொறுப்பு. அதனால்தான்.”

“யாருக்குள்ளது இதெல்லாம்? உங்க கல்யாண சமயத்துல கிடைச்சதா?”

“இல்லை. இதெல்லாம் உனக்குள்ளது.”

“எனக்கு இதெல்லாம் வேண்டாம். நீங்களே வைச்சுக்கங்க.”

அம்மாவின் முகம் அந்த அறையின் இருட்டிலும் ஒரு கணம் பிரகாசமடைவது தெரிந்தது. அவள் இதுவரை பதற்றத்துடன் அடக்கி வைத்திருந்த ஒரு பெருமூச்சை இப்போது விட்டதுபோலத் தோன்றியது.

பெரியம்மா சொன்னார், "லதா, உன் இந்த நாடகத்தை யெல்லாம் நிறுத்தமாட்டாயா? உனக்குச் சில நேரம் ஏன் இப்படிக் கிறுக்குப் பிடிக்குது என்று கடவுளுக்குத்தான் வெளிச்சம். அவளோ சின்னப் பொண்ணு. இந்தக் காலத்துல நகைகளப் பத்தி இதுகளுக்கெல்லாம் என்ன தெரியும்? ரித்திஷைக் கூப்பிட்டுக் கொஞ்சத்தை அழிச்சு புதுசா ஏதாவது செய்யச் சொல்லு. நிறைய வேண்டாம். உங்கிட்ட எவ்வளவு நகை இருக்குன்னு ஆசாரிட்டக் காட்டாமலிருப்பது நல்லது."

இந்தக் காலைப் பொழுதில் இவர்கள் போடும் ஆட்டம் எனக்குப் புரியவில்லை. நான் இருவரையும் மாறிமாறிப் பார்த்தேன். இதற்கெல்லாம் என்ன அர்த்தம்?

ஏன் அம்மா என்னை இப்படி வைத்த கண் வாங்காமல் பார்த்துக் கொண்டிருக்கிறாள். நான் இந்த இடத்துக்குப் புதுசு ஒன்றுமில்லையே?

"உன் அனுமதியோடு இந்த நகைப் பெட்டிய நான் எடுத்துக்கறேன்" என்றாள் அம்மா.

"என் அனுமதியா? எதுக்காக அம்மா? நான் இந்த நகைகள இதுவரைக்கும் கண்ணால பார்த்ததில்ல. யாரோடது இதெல்லாம்?"

அம்மா தலையைத் தாழ்த்திச் சொன்னாள் "உங்கிட்ட ஒப்படைக்கச் சொல்லி எங்கிட்ட ஒரு ஆள் தந்திருந்தாங்க. இவ்வளவு நாள் நான் என் பொறுப்புல வெச்சிருந்தேன், அவ்வளவுதான்."

"இதெ வைச்சுக்கிட்டு நான் என்ன செய்யப்போறேன்? எங்கிட்ட சேர்க்கச் சொல்லி யாரு குடுத்தா?"

"உன்னுடைய அத்தைப் பாட்டி. அவங்க வாழ்க்கை பெரிய சோகம். இந்த நகைங்க அவங்க உயிர் மாதிரி."

"யாரு அவங்க?"

"நீ பாத்ததில்லை. ராஷோமயீ."

நான் முறுவலித்தேன். "அவங்கள போட்டோல பாத்திருக்கேன். அவ்வளவு அழகு. நானிருக்கற ரூமெல்லாம் அவங்களோடதுதானே?"

சீர்ஷேந்து முகோபாத்யாய்

“அவை உனக்கு உரிமையுள்ளவை. அதுனாலதானே நீ எடுத்துக்கிட்டிருக்கே?”

“எதுக்காக இன்னைக்கு இந்தப் பேச்செல்லாம்?”

அம்மாவும் பெரியம்மாவும் பரஸ்பரம் கள்ளத்தனமாகப் பார்த்துக் கொண்டார்கள். இதில் ஏதோ சதியிருப்பதை நான் உணர்ந்தேன்.

“நான் போறேம்மா, நிறைய வேல கிடக்கு.”

“சரி.”

தலையில் ஹெல்மெட் போட்டுக்கொண்டு ஸ்கூட்டரில் பறப்பதிலிருக்கும் பரவசம் யாருக்கும் புரியாது. என் மூக்கு வழியாகவும் வாய்வழியாகவும் நுழைந்து என் மூளைக்குள் புகுந்த காற்று நகைகள் பற்றிய எண்ணங்களை அடித்துத் தள்ளிவிட்டது. அம்மாவையும் பெரியம்மாவையும் என்னால் புரிந்துகொள்ள முடியவில்லை. ரொம்ப பழையவர்கள் அவர்கள். தங்கம், நகைகள் தவிர வேறெதன் மேலும் பிடிப்பு கிடையாது. இந்த உலகம் எவ்வளவு அழகானது என்று என்றைக்காவது அவர்கள் யோசித்துப் பார்த்திருக்கிறார்களா?

ஒன்றிரண்டு இடங்களுக்குப் போய்விட்டு சுமிதா வீட்டில் ஏறும்போது நேரம் மதியமாகி இருந்தது. ஸ்கூட்டரை நிறுத்திவிட்டு “சுமிதா ஏ சுமிதா” என்று அழைத்தபடியே நுழைந்தேன்.

உயரமான, நேர்த்தியான ஒரு இளைஞன் வரவேற்பறை சோபாவில் அமர்ந்திருந்தான். மெல்லிய தாடி. வாரப்படாத தலை. தொலைவை நோக்கும் கண்கள். அவன் நிறைய மாறிப் போய்விட்டாலும் என்னால் அவனை வாழ்நாள் முழுவதும் மறக்க முடியாது. நான் சட்டென்று நின்றேன். என் இதயம் கொஞ்ச நேரம் படபடவென்று அடித்தது. அதன்பிறகு, நான் பட்ட அவமானம் பற்றிய ஞாபகங்கள் அடித்து நொறுக்க வரும் படைவீரர்களைப்போல எனக்குள் கடந்து வந்தன.

ஒரு கனத்த, அழகான குரல் ஒலித்தது. “சுமிதாவா? அவள் மாடியிலிருக்கிறாள் போலிருக்கிறது.”

நான் அந்த அறையை விட்டகன்று, என்ன செய்துகொண் டிருக்கிறேன் என்று அறியாமலேயே மாடிப்படியில் ஏறினேன்.

கலைந்த தலையுடன் சுமிதா படுக்கையில் கம்பளி நூல் குவியலுக்கு நடுவில் அமர்ந்திருந்தாள். என்னைப் பார்த்ததுமே மன்னிப்புக் கேட்கும் குரலில் சொன்னாள், “இன்னைக்கும் முடிக்கல்ல. என்ன செய்ய, அண்ணன் ரொம்ப நாளுக்கப்புறம்

வந்திருக்கார். ரொம்ப நேரம் பேசிப்பொழுதைக் கழிச்சோம். வேறு வேலை செய்யவே முடியல்ல. வா இங்க உட்காரு. அண்ணன் உன்னப் பார்த்தாரா?"

நான் தலையாட்டினேன்.

"நீ அவர்ட்ட பேசினாயா?"

"எதுக்காக?"

சுமிதா பின்னுவதில் மும்முரமாக இருந்தாள். "சும்மாதான் கேட்டேன்."

அவள் சும்மா ஒன்றும் கேட்கவில்லை இதில் ஏதோ முன்னேற்பாடான விஷயம் இருக்கிறது. நான் கடுப்பானேன், கோபம் கோபமாக வந்தது. ஆனால் எதுவும் சொல்ல முடியவில்லை.

சுமிதா மென்மையாகச் சொன்னாள், "அவர் அமெரிக்காவில் ரொம்ப நாள் இருந்திட்டார். எவ்வளவு கஷ்டமாக இருந்திருக்கும், யோசிச்சுப்பாரு. முதல்ல எல்லாம் ரொம்ப கஷ்டமா இருந்ததாம்."

எனக்கு இந்த விஷயங்களெல்லாம் தேவையற்றவை. எனவே நான் ஒன்றும் சொல்லவில்லை.

"நேத்தைக்கு நீங்க போன வண்டி ராத்திரி நின்று போயிடுச்சுன்னு கேள்விப்பட்டேன்."

"ஆமா."

"இந்த வருஷம் உங்கக்கூட வரமுடியலேன்னு எனக்கு ரொம்ப வருத்தம். அண்ணன் வீட்ல இருக்கார். நானெப்படி வரமுடியும்? பேசுவதற்கு எங்களுக்கு நிறைய இருந்தது."

"அப்படியானா இப்போவெல்லாம் அண்ணன்ட நீ பேசற? முந்தியெல்லாம் அவர்ட்ட ரொம்ப பயப்படுவியே?"

"அண்ணன் இப்போவெல்லாம் முன்ன மாதிரியில்ல. நாங்களும்தான். வளந்திட்டோம்."

"உன் அண்ணன் கர்வம் இப்போவாவது கொஞ்சம் குறைஞ்சிருக்கா?"

சுமிதாவின் முகம் விழுந்துவிட்டது.

சிறிதுநேரம் அமைதியாக இருந்துவிட்டு அவள் சொன்னாள், "கர்வமா? அப்படி அண்ணன் கர்வத்தோடு இருக்கிறதுக்கு எங்ககிட்ட என்ன இருந்தது? சாப்பாட்டுக்குக் கூட பஞ்சம். எதையாவது கடன் வாங்கிக்கிட்டேதான்

இருந்தோம். அண்ணனுக்குக் கூச்ச சுபாவம். அதனால எதையும் கேட்கமாட்டார். அவருக்கு எப்போ பசிக்கும்னு எங்களுக்குத் தெரியவே தெரியாது. அவர் ரொம்ப கஷ்டப்பட்டிருக்கார் என்பதுதான் உண்மை."

"நல்லது."

"நீ அவர இப்படித்தான் புரிஞ்சுவைச்சிருக்கியா?"

"எனக்கு அமலேஷ் பத்தி எதுவும் தெரியாதப்ப அவரப்பத்தி நான் எப்படி புரிஞ்சுக்க முடியும்?"

"அவர் கர்வம் பிடிச்சவர்னு நீதான் சொன்னே."

"அவர் நல்ல படிக்கிறவர். அதனால கர்வத்தோடு இருக்கிறது இயல்புதானே?"

"அப்படிச் சொல்லாதே. அமெரிக்காவில் அவருக்குக் கிடைச்ச ஸ்காலர்ஷிப் பணத்தைக்கூட இங்கே எங்களுக்குத்தான் அனுப்பினார். எப்போதும் படிப்பு படிப்புதான்."

"இதெல்லாம் எனக்குத் தெரிந்து என்னாகப் போகிறது?"

"அண்ணனைப் பத்தி இதுவரைக்கும் யாரும் தப்பாகச் சொன்னது இல்ல."

"ஸ்வெட்டர் முடிஞ்சதும் கொண்டுவா. முழுக்கை வேண்டாம். முக்கால் கைப் போதும்."

சுமிதா தலையாட்டினாள். "சரி. ஆனால் கொஞ்சம் தாமதமாகும். அண்ணன் வந்திருக்கார் இல்ல."

என்னை வழியனுப்புவதற்காக சுமிதா கீழே வந்தாள். நான் ஹெல்மெட்டை மாட்டிக்கொண்டிருக்கும்போது அவள் தன் அண்ணனிடம் தயக்கத்துடன் சொல்வது கேட்டது "இதுதான் வசந்தா, அண்ணா."

"தெரியும்" என்றது அந்தக் கனத்த குரல்.

அன்று அவமானப்பட்டது இன்று என்னை முள்ளைப் போலக் குத்திக்கொண்டிருந்தது. நான் பல்லை நறநறவென்று கடித்தபடியிருந்தேன். ஸ்கூட்டரை நான் இவ்வளவு வேகமாக ஓட்டியதே இல்லை. அருகில், மூன்று வீடு தள்ளிதான் என்வீடு. ஆனால் நான் எடுத்த வேகத்தில் வீட்டின்முன் என்னால் வண்டியை நிறுத்த முடியவில்லை. பிரேக்கை அழுத்திப்பிடிக்க வேண்டியிருந்தது. ஸ்கூட்டர் குதிரையைப் போல் முன்பக்கமாக உயர்ந்தது. அது ஒருபக்கமாக விழ நான் இன்னொரு பக்கம் தூக்கியெறியப்பட்டேன். என் இடதுகையில் பலமான காயம். என்

அத்தைக்கு மரணமில்லை

கண்களில் கண்ணீர் கொப்பளித்தது. புழுதிப் படுக்கையிலிருந்து நான் எழுந்து நடந்தபோது உடலைக் காட்டிலும் மனதுதான் அதிகம் வலித்தது.

ஸ்கூட்டரை அது கிடந்த இடத்திலிருந்து தூக்கியெடுத்து, கூட்டம் கூடுவதற்கு முன்னால் வீட்டைப் பார்த்து மெல்ல உருட்டிக் கொண்டு வந்துவிட்டேன்.

இரண்டாவது மாடிக்குவந்து ரகசியமாக என் இடதுகையைப் பார்த்தபோது அதில் முட்டுவரைக்கும் உரசிக் காயம் பட்டிருந்ததைக் கண்டேன். ரத்தம் ஏராளமாகக் கொட்டிக்கொண்டிருந்தது. தலையிலும் அடிபட்டிருந்தது. ஆனால் ஹெல்மெட் போட்டிருந்ததால் பெரிதாக எதுவுமில்லை. இடுப்பிலும் காயம்பட்டிருக்கிறதா? இருக்கலாம். ஆனால் இந்த உடல் காயங்கள் எல்லாம் எனக்குப் பெரிதாகப்படவில்லை. நான் அறைக்குள் சென்று நாற்காலியில் அமைதியாக அமர்ந்தேன். என்னை ஏதோ பிடித்துக்கொண்டுவிட்டதுபோல இருந்தது. என் இதயத்தில் ஒரு தேம்பல் ஒலி, இரண்டாவது மாடியிலுள்ள வேறு ஓசைகளைத் தாண்டிக் கேட்டது. தெளிவான அந்தத் தேம்பல் என்னை முடக்கியது.

வீட்டிற்குத் தெரிந்தால் எல்லோரும் திட்டுவார்கள், மேற்கொண்டு ஸ்கூட்டரை எடுக்க விடமாட்டார்கள். காயத்தைக் கழுவி ஏதாவது மருந்து போட்டுக்கொள்ள வேண்டும். நல்லவேளை, குளிர்காலம் என்பதால் நான் முழுக்கை பிளவுஸ் போட்டிருந்தேன். ஆனால் எல்லாக் காயங்களையும் மறைக்க முடியாது. பருவக் கோளாறில் அப்பாவித்தனமாக எழுதிய ஒரு கடிதத்திற்கு எந்தப் பதிலும் வரவில்லை என்பது ஏன் இன்று ஆயிரம் முறை வந்து வந்து போக வேண்டும்?

ஊரில் புதிதாக ஒரு உணவு விடுதி திறந்திருந்தார்கள். அதற்கு நல்ல வரவேற்பு. பெரியப்பா என்னை மாலை அழைத்துப் போனார். நல்ல விஸ்தாரமாகவும் வெளிச்சமாகவும் இருந்தது. இந்தச் சிறிய நகரத்துக்கு உண்மையில் பிரமாதமான உணவு விடுதிதான்.

பெரியப்பாவுக்குச் சர்க்கரை நோயிருப்பது சில தினங்கள் முன்புதான் தெரிந்தது. அதனால் அவருக்குக் கட்டுப்பாடுகள் இருந்தன. நான் அவரைப் பரிகாசத்துடன் பார்த்தேன். "உங்களுக்குத்தான் நீங்க நினைச்சதச் சாப்பிட முடியாதே. மெனு அட்டைய எங்கிட்ட குடுங்க, உங்களுக்காக நான் சொல்றேன்."

பெரியப்பா முகம் வாடியது. "ஒரு நேரம் சாப்பிட்டா ஒண்ணும் ஆயிறப் போறதில்ல."

"இல்ல பெரியப்பா, சர்க்கரை நோய் ரொம்ப ஆபத்து. பருப்புக்கறியும் சாலட்டும் உங்களுக்கு. இரண்டு தந்தூரி ரொட்டி."

"இரண்டு வாய் பிரியாணியும்."

"சரி சரி, எங்கிட்டேயிருந்து எடுத்துக்கங்க."

"என்னாச்சு உனக்கு? ஒருமாதிரி இருக்கே."

"ஏன் பெரியப்பா எல்லோரும் எப்பவும் என் மேலேயே கண்ணாயிருக்கீங்க? உங்களுக்கு உருப்படியா செய்யறதுக்கு வேற வேலை எதுவுமில்லையா?"

"சரி விடு, சாப்பிடு இப்போ."

பெரியப்பா எதையோ சொல்ல விரும்பினார். பல தடவை முயன்றும் ஏனோ அவரால் முடியவில்லை.

அந்த மாலை அருமையாக இருந்தது. சுவையான உணவுக்குப் பிறகு பெரியப்பா என்னை வீடியோ கேம் விளையாடக் கூட்டிக்கொண்டு போனார். என்னவோ தெரியவில்லை. என்னால் அதிக ஸ்கோர் வாங்க முடியவில்லை.

இரவில் உடல் முழுவதும் வலி, இசை வாசித்தது. மனவேதனை ஒரு இசைக்கருவியைப் போல நாராசமாய் ஒலித்தது. இவ்வளவு அடிபட்டிருக்கும் என்று நான் நினைக்க வில்லை. காய்ச்சலடிக்கிறதா? வழக்கத்துக்கு மாறாகக் குளிரடிப்பதுபோல இருந்தது. எல்லாவற்றுக்கும் மேலாக, அறையில் ஏதோ வீசியது. என்னது அது?

என்னால் தூங்க முடியவில்லை. எழுந்து மூன்று அறை களிலும் விளக்குகளைப் போட்டுவிட்டு அவற்றிற்கிடையே ஓர் ஆவியைப்போல உலாவினேன். ஒரு காலத்தில் என் அத்தைப்பாட்டி, இளம்விதவை, இப்படித்தான் இந்த அறை களில் உலாவியிருப்பார். அவருக்கு வாழ்க்கையில் சுகிப்பதற்கு எதுவுமே இருக்கவில்லை, எந்த சந்தோஷமும் இல்லை. அவருக்கு ஹோட்டலில் சாப்பிடுவதற்கோ ஸ்கூட்டர் ஓட்டுவதற்கோ வீடியோ கேம் விளையாடுவதற்கோ அனுமதி கிடையாது. அவரால் முடிந்ததெல்லாம் தன் நகைகளை எடுத்து எடுத்துப் பார்ப்பதுதான். அதன்பிறகு தனிமையோடான கைகோப்பு. அவர் மனதிலிருந்த வெறுமையுணர்வுதான் இந்த அறையில் இன்றிரவு உலாவியதோ? நான் கேட்டது அவரது பெருமூச்சா?

அலமாரிக் கதவில் ஒரு பெரிய கண்ணாடியிருந்தது. அதன் எதிரில் ஒரு ஸ்டூலைப் போட்டு உட்கார்ந்தேன். அப்பா

எப்போதும் சொல்வார், "வசந்தா ராஷோமயீ மாதிரியே இருக்கிறாள்."

அப்படித்தானிருக்கிறேன். எனக்குத் தெரியும். குடும்ப ஆல்பத்தில் அவரது சில போட்டோக்கள் இருக்கின்றன. வயதான காலத்தில் எடுத்தது. ஆனாலும் வயது அவரது முகத்தில் பெரிய மாற்றங்களைக் கொண்டு வரவில்லை. மாசற்ற அழகு. இந்த இரவில் நான் ராஷோமயீக்காக வருத்தப்பட்டேன். அவர் தனது நகைகளை எனக்கு ஆஸ்தியாக விட்டுச் சென்றிருக்கிறார். என்ன விந்தை? நான் பிறக்கப் போகிறேன் என்று அவருக்கு எப்படித் தெரியும்?

மறுநாள் காலையில் என்னால் படுக்கையிலிருந்து எழ முடியவில்லை. கை வலித்தது, இடுப்பு மரத்துப்போயிருந்தது, தலை விண்விண் என்று தெறித்தது. நல்ல காய்ச்சல் இருப்பதன் அறிகுறி உடல் முழுதும் தெரிந்தது. எல்லாவற்றுக்கும் மேலாக, சூரிய ஒளியில் குளித்த இந்தக் குளிர்காலத்துக் காலையிலும் அதே தேம்பல். அதே கைவிடப்பட்ட உணர்வு.

எனக்கு உடம்பு சரியில்லை என்பது தெரிந்துவிட்டால் ஒட்டுமொத்தக் குடும்பமும் என்னைக் காபந்து பண்ண வந்துவிடும். டாக்டர்கள், மருந்துகள், என் தலைமாட்டில் நிரந்தர காவலுக்கு அம்மாவும் பெரியம்மாவும். நோயைக் காட்டிலும் அதிக அவஸ்தை. நான் அவர்களிடம் காய்ச்சலடிப்பதைச் சொல்லவில்லை.

நான் கல்லூரிக்குக் கிளம்பிக்கொண்டிருந்தேன். பெரியம்மா உள்ளே வந்தார்.

"கல்லூரிக்கா?"

"ஆமாம் பெரியம்மா."

"நல்லது."

அவர் ஏதோ சொல்ல விரும்பினார். நல்ல மாட்டுக்கு ஒரு சூடு. அவர் முகபாவம், கல்லூரிக்குப் போகிறாயா என்ற அர்த்தமற்ற கேள்வி – இதெல்லாம் எதுக்கு என்று எனக்குத் தெரியும்.

"ஜதீன் போஸின் மூத்த பையன் வந்திருக்கான் தெரியுமா?"

"புதுச் செய்தியா இது. சுமிதாதான் என் சிநேகிதியாச்சே."

"ஆமாம், ஆமாம். நல்ல பையன்."

நான் பதிலேதும் சொல்லாமல் என் புடவையைச் சரி செய்து கொண்டிருந்தேன்.

"அவனுக்குப் பெண் பார்த்துக்கொண்டிருப்பதாகச் சொல்கிறார்கள்" என்றார் பெரியம்மா.

அவரைப் பார்த்துத் திரும்பி நான் முறுவலித்தேன். "நீங்க இப்போ என்னதான் சொல்ல வரீங்க பெரியம்மா?"

பெரியம்மா சற்றுக் கலவரமடைந்தார். "இல்லை. இல்லை. சும்மா சொன்னேன். உங்கப் பெரியப்பாதான் அவன் நல்ல பையன்னு சொன்னார். பாவப்பட்ட குடும்பத்தில இருந்து வந்தாலும் உழைச்சு இந்த நிலைக்கு வந்திருக்கான்."

"என்னன்னு புரிஞ்சுபோச்சு, பெரியம்மா."

"உனக்குக் கோபமா?"

"இல்லையில்லை. உங்க மேல நான் எதுக்குக் கோபப்படணும்? ஆனா நல்லாயிருப்பீங்க, கல்யாணப் பேச்சை மட்டும் எடுக்காதீங்க."

"ஆனா ஏன்?"

"அதற்குக் காரணம் இருக்கு."

கல்லூரியிலிருந்தபோது காய்ச்சல் அதிகரித்தது. பாடங்களைக் கவனிக்க முடியவில்லை என்பது ஒரு பக்கமிருந்தாலும் என் காதில் தொடர்ந்து ஒரு தேம்பல் கேட்டுக்கொண்டேயிருந்தது. என் இதயத்தில் ஒரு வெறுமை. இடைவேளையில் சூரியஒளி முகத்தில் அடிக்காதவாறு மரத்தடியில் சென்று அமர்ந்தேன். நிதீஷ் பற்றி ஏதேதோ சொல்லிக் கொண்டு என்னருகில் பிரீத்தி பேசியபடியே இருந்தாள். நான் கவனம் செலுத்தவில்லை. எனக்குக் கேட்டதெல்லாம் அந்தத் தேம்பல்தான். வீடு, குடும்பம் இவற்றில் கவர்ந்திழுக்கும்படியாக அப்படி என்ன இருக்கிறது?

சட்டென்று நான் பிரீத்தி பக்கம் திரும்பி இரக்கமில்லாமல் கேட்டேன், "உன்னோட இந்த நிதீஷ் உன்ன எவ்வளவு தூரம் விரும்பறாரு?"

பிரீத்தி கூச்சப்பட்டுக்கொண்டு, "உனக்கு அது புரியாது. என்மேல அவருக்குப் பித்து. மூச்சுக்கு மூச்சு என்னத்தான் நினைச்சிக்கிறாரு."

"பிரீத்தி, திடீர்னு யாரோ உன் மேலே ஆசிட்டை வீசி, அதுல உன் முகம் அவிஞ்சு, ஒரு கண்ணு போய், நீ பார்க்கறதுக்கு அகோரமாக ஆயிட்டேன்னு வைச்சுக்க, அப்போ உன்ன நிதீஷ் கல்யாணம் பண்ணிப்பானா? அப்பவும் அவன் உன்ன விரும்புவானா? சொல்லு."

அத்தைக்கு மரணமில்லை

பிரீத்தியின் முகம்போன போக்கை வருணிக்க முடியாது. என்னை சிறிது நேரம் முறைத்துப் பார்த்தாள். பின்னர், "விளங்காதவளே! நீ என்ன சூனியக்காரியா? ஏன் இப்படி வேண்டாததெல்லாம் சொல்லற?" என்று கூச்சலிட்டாள்.

ஒரு புல்லை எடுத்துக் கடித்துக்கொண்டு நான் சட்டை செய்யாமல் சொன்னேன், "நம்ம அழகையும் அந்தஸ்தையும் பார்த்து வர்ற காதலுக்கு ஏதாவது மதிப்பிருக்கா? அந்த மாதிரி காதல்ல எனக்கு நம்பிக்கை இல்ல, சுத்தமா நம்பிக்கை இல்ல. காதலர்களுக்கு இடையே இருக்கற உறவு ரொம்ப மெல்லிசு."

"நீ ஒரு ராட்சசி. மனசில இருக்கறதுதான் வார்த்தையில வரும். நீ என்ன பேசினேன்னு உனக்குக் கொஞ்சமாவது தெரியுமா?"

"நான் சொன்னதை யோசித்துப் பாரு, பிரீத்தி."

"எனக்குக் கஷ்டமாயிருக்கு."

"நீ ஒரு முட்டாள். அதனால நீ சந்தோஷமாயிருப்பே. ஒருத்தி முட்டாளா இருந்தாத்தான் வாழ்க்கைலே சந்தோஷமாக இருக்க முடியும்."

அன்றிரவு வீட்டிலிருந்த பெரிய சாப்பாட்டு மேஜையில் நாங்கள் சாப்பிட்டுக்கொண்டிருந்தபோது பெரியப்பா தொண்டையைச் சரிசெய்துவிட்டுச் சொன்னார், "நான் உங்கிட்ட ஒண்ணு கேக்க போறேன், வசந்தா. நல்லா யோசிச்சுப் பதில் சொல்லு."

நான் சாப்பிடுவதை நிறுத்தி, அவரைப் பார்த்துச் சொன்னேன், "நீங்க என்ன கேட்கப் போகிறீங்கன்னு எனக்குத் தெரியும். என்னோட பதில் 'வேண்டாம்'. நடக்காது."

மற்றவர்கள் பரஸ்பரம் பார்த்துக்கொண்டு அமைதியானார்கள்.

"சரி, இருக்கட்டும்" பெரியப்பா மென்மையாகச் சொன்னார், "ஆனால் அந்தப் பையன் ரொம்ப நாளாகக் காத்துக்கொண்டிருக்கிறான். அவனுக்குக் கல்யாணம் செய்ற எண்ணமே இருக்கவில்லை. வீட்ல எல்லோரும் நச்சரிக்க ஆரம்பிச்சபோதுதான் அவன் சொன்னானாம், நான் ஒருத்திக்காக ரொம்ப நாளாக் காத்துக்கிட்டிருக்கேன்னு ... சரி, போகட்டும். நமக்கு இஷ்டமில்லங்கறத அவங்களுக்குத் தெரியப்படுத்துவது நல்லது."

நான் அறைக்குத் திரும்பினேன். வெறுமை எல்லாத் திசையிலிருந்தும் அரற்றியது.

இரண்டு நாட்கள் கழித்து ஒரு விடுமுறை நாளன்று சுமிதா வீட்டிற்கு வந்தாள். அவள் முகம் விழுந்து கிடந்தது. "இந்தா இதப் போட்டுப் பாரு, சரியா இருக்கான்னு" என்றாள்.

நான் போட்டுக்கொண்டு அலமாரிக் கண்ணாடி முன்னால் நின்று பார்த்தேன். பிரமாதமாக இருந்தது. சுமிதா நன்றாகப் பின்னியிருந்தாள்.

"உனக்குப் பிடிச்சுதா."

"ரொம்ப."

சுமிதா உட்கார்ந்தாள். "இரண்டு நாள் ராத்திரியும் பகலுமிருந்து பின்னி முடிச்சேன். குளிர் ஜாஸ்தியா இருக்கு, ஸ்வெட்டர் இல்லாம வசந்தா அவஸ்தைப்படுவான்னு சொல்லிக்கிட்டேன்."

நான் உதட்டைச் சுழித்து "அபத்தம். அவ்வளவு அவசரமில்ல. எங்கிட்ட நெறைய இருக்கு" என்றேன்.

"அது எனக்குத் தெரியாதா? ஆனாலும் நீ இதை எதிர் பார்த்துக்கிட்டிருப்பேன்னு நினைச்சேன். நீ விரும்பினே, கொண்டுவந்தேன். அவ்வளவுதான்."

"நீ எதுக்கு இவ்வளவு சிரமப்பட்டே."

"மற்றவங்களுக்காகச் சிரமப்படுவதிலும் சந்தோஷமிருக்கு. உங்கக் குடும்பத்துல எங்களுக்கு எவ்வளவு செஞ்சிருக்காங்க? எங்க வீட்டுல எது தட்டுப்பாடு வந்தாலும் அம்மா உங்க அம்மாட்டதானே ஓடி வருவாங்க?"

"இது மாதிரியெல்லாம் கேட்டா எனக்கு ஆத்திரமா வருது, சுமிதா. இருக்கு அதனால கொஞ்சம் குடுக்கிறாங்க. இதில பெரிசா என்ன இருக்கு?"

சுமிதா சிறிதுநேரம் மௌனமாக இருந்தாள். பின்னர், "உங்க அம்மா எப்போதும் ஒண்ணு சொல்லுவாங்க, அது உண்மை யிலேயே எனக்குப் பிடிக்கும். மற்றவங்க கஷ்டப்படும்போது என்னால நிம்மதியா இருக்க முடியாதுன்னு சொல்லுவாங்க" என்றாள்.

என் அம்மா ரொம்ப தாராளம் என்று எனக்குத் தெரியும். எனக்குத் தெரியும்தான். அவளைப் போல என்னால் அந்த உயரத்துக்கு வர முடியாது. கணவருக்குக் கொடுத்த மதிப்பு, குடும்பத்தோடிருந்த பிணைப்பு, வறுமையோடு அவள் போராடிய விதம் – இல்லை நான் அவளுக்கு ஒருபோதும் சமமாக முடியாது.

அத்தைக்கு மரணமில்லை

திடீரென்று சுமிதா சொன்னாள், “அண்ணன் நாளைக்குக் கிளம்பறாரு.”

நான் கண்ணாடி முன்னால் நின்று ஸ்வெட்டரைச் சரிபார்த்துக் கொண்டிருந்தேன்.

சுமிதா மென்மையாகக் கேட்டாள் “நீ அவரை வேண்டாம்னு சொல்லிட்டயா ?”

நான் பதிலளிக்கவில்லை.

“அவருக்கு உன்னப் பிடிச்சிருக்கு என்று எங்களுக்குத் தெரியவே தெரியாது” ஈரமான கண்களுடன் சொன்னாள் சுமிதா. “ஏன்னு யாருக்குத் தெரியும்? நானே பல சமயம் கேட்டுட்டேன். அண்ணா, நீங்க தான் பெண்களையே ஏறிட்டுப் பார்க்க மாட்டீங்களே, ஏன் வசந்தாமேல கண் வைச்சிங்க. இத்தனைக்கும் நீங்க ஊரிலயும் இல்ல. எப்போ உங்களுக்கு வசந்தாவைப் பிடிக்க ஆரம்பிச்சுது? அண்ணா சொன்னார். உனக்குத் தெரியாது, அவளுக்கு எங்கிட்ட தீர்க்க வேண்டிய கணக்கு ஒண்ணு இருக்கு என்று. அவர் என்ன சொன்னார்னு எனக்கும் புரியவில்லை. உனக்குப் புரிஞ்சுதா ?”

எனக்கும் தெரியவில்லை. எனக்குக் கேட்டதெல்லாம் தேம்பல்களின் மௌன ஓலம்தான். அதுதான் எல்லாவற்றிற்கும் மேலாகக் கேட்டது.

“எவ்வளவோ கல்யாண ஏற்பாடுகள் வந்தன. அண்ணா எல்லாத்தையும் வேண்டாம்னு சொல்லிட்டார்.”

“சுமிதா, உன் அண்ணன்ட ஒரு விஷயம் நீ ரகசியமாச் சொல்ல முடியுமா ?”

“என்ன சொல்லணும் சொல்லு.”

“வேற யாருட்டேயும் இதச் சொல்லமாட்டேன்னு முதல்ல சத்தியம் பண்ணு.”

“என்னை ரொம்ப பயமுறுத்துறே நீ. சரி சத்தியம் செய்யறேன். மோசமா எதுவுமில்லையே ?”

“மோசமான காரியம்தான். நீ இப்போ என்னைத் தொட்டுட்டே, வீட்டுக்குப் போனதும் கைய நல்ல கிருமி நாசினி போட்டுக் கழுவு.”

திகைத்துப் போய் சுமிதா கேட்டாள் “எதற்காக ?”

“உன் மேல நம்பிக்க இருக்கிறதுனாலத்தான் உங்கிட்டச் சொல்றேன். வீட்லகூட யாரிட்டயும் சொல்லல. சொன்னா

அவங்க ரொம்ப பெரிசாக்குவாங்க. அவங்களுக்கு என்மேல எவ்வளவு அன்புன்னு உனக்குத்தான் தெரியுமே?”

“சொல்லு வசந்தா. ரொம்ப பயமாயிருக்கு எனக்கு.”

நான் பிரமாதமான ஒரு நாடகம் போட்டேன். என்ன ஏதென்று சொல்லாமல் என் புடவை முந்தானையை எடுத்து முகத்தை மூடிக்கொண்டு அழத்துவங்கினேன். அழுதபடியே சொன்னேன். “எனக்குத் தொழுநோய்.”

“அய்யோ கடவுளே.”

“டாக்டரை ரகசியமாய்ப் போய்ப் பாத்திட்டேன். யாரிட்டயும் சொல்லல.”

சுமிதா கல்லாய் அமர்ந்திருந்தாள்.

கொஞ்ச நேரம் அழுதுவிட்டு, அழுது நனைந்த முகத்திலிருந்து துணியை விலக்கிக் கரகரத்தக் குரலில், “உன் அண்ணன்ட சொல்லிரு” என்றேன்.

சுமிதா என்னையே பார்த்துக்கொண்டிருந்தாள். பின்னர் கேட்டாள், “எப்படி இது வந்தது. உனக்கு நிச்சயமாத் தெரியுமா?”

நான் என் ப்ளவுஸின் கையைச் சுருட்டிக் காண்பித்தேன். கிரீம் தடவியிருந்த காயம் பார்ப்பதற்கு அருவருப்பாகக் காட்சியளித்தது. சுமிதாவுக்கோ அதைச் சரியாகப் பார்க்கும் தைரியமும் இல்லை. அவள் முகத்தை மூடிக்கொண்டாள். அவள் கண்களிலும் கண்ணீர் துளிர்த்திருக்கும்.

அந்த அசடு இடிவிழுந்த முகத்தோடு திரும்பிப்போன பின்பு நான் எனக்குள் சிரித்துக்கொண்டல்லவா இருந்திருக்க வேண்டும்? ஆனால் எனக்கு அழ வேண்டும்போலத் தோன்றியது. என்னால் ஏன் அன்பை நம்பி ஏற்றுக்கொள்ள முடியவில்லை?

என் சின்னவயதில் வீட்டு வாசலில் தினமும் ஒரு ரத்தச் சிவப்புநிற ரோஜாவை யாரோ வைத்துச் சென்றிருப்பதைப் பார்த்திருக்கிறேன். எனக்கு வயது வந்தபிறகுதான் தெரிந்தது, அம்மா மீது காதல்கொண்ட யாரோ ஒருவன்தான் அவன் என்று. அவன் காதலுக்குச் சம்மதம் கிடைக்கவில்லைதான். அவன் தனது ரத்தம் சிந்தும் இதயத்தின் சின்னமாக தினமும் அதை வைத்துச் சென்றிருக்கிறான். ஒருநாள் நான் கொஞ்சம் சீக்கிரமாகவே வாசல் கதவைத் திறந்தேன். அப்போது அந்த மனிதனைப் பார்த்தேன். உயரமாக, நல்லத் தோற்றம். கையில் ஒரு ரோஜா. என்னைப் பார்த்ததும் அவன் திடுக்கிட்டான். பின்னர் கூச்சத்துடன்

சிரித்தான். என் கையில் அந்த ரோஜாவை அழுத்திவிட்டு ஒரு வார்த்தையும் பேசாமல் அவன் போய்விட்டான். எவ்வளவு அற்புதமாக இருந்தது அந்த நாள்!

என் வீட்டு வாசல்படியில் யாராவது ரோஜாவை வைத்துச் சென்று ரொம்பக் காலமாகிறது. காதல் தேய்ந்துபோகுமா? அது சோர்வடையுமா? காதல் பயம்கொள்ளுமா?

எங்கள் வீட்டில் எப்போதுமே சாயங்கால வேளையில் ஒரு அசாதாரண அமைதி நிலவும். எனது இரண்டாம் மாடி அறை இன்று இன்னும் அதிக அமைதியுடனிருந்தது. வேதனையின், பிரிவாற்றாமையின் நீரோட்டம் மட்டுமே தேம்பியபடி அதனூடாக ஓடிக்கொண்டிருந்தது.

படிக்கட்டில் காலடியோசை கேட்டது. தெரிந்த ஓசையல்ல இது. நான் எச்சரிக்கையடைந்தேன். யார் இப்படி மேலே ஏறி வரமுடியும்? இப்படி வருவது சரிதானா? எதற்காக அவன் இங்கு வந்து என் எதிர்ப்பை, என் பயத்தை, என் மறுதலிப்பை உடைத்தெறிய வேண்டும்? யார் வருகிறார்கள் என்று எனக்குத் தெரிந்தது. எப்படித் தெரிந்தது என்று எனக்குத் தெரியாது.

நான் எனது மேஜையிலிருந்து கீழே குதித்து அறையின் உட்பக்கமாக ஓடினேன். இருட்டில் அமைதியாக நின்றேன். என் கண்களில் கண்ணீர் வழிந்துகொண்டிருந்தது.

காலடியோசை என் வாசல் படியருகில் வந்து நின்றது. ஓயாது ஒலித்த தேம்பல் எங்கேயோ மறைந்துபோயிருந்தது.